பொட்டி

(சிறுகதைகள்)

கோ.சுனில்ஜோகி

பரிசல்

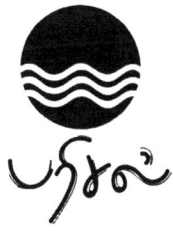

◆ பொட்டி ◆ ஆசிரியர்: கோ.சுனில்ஜோகி© ◆ முதல் பதிப்பு: ஜூலை 2024 ◆ பக்கங்கள்: 134 ◆ வெளியீடு: பரிசல் புத்தக நிலையம், 235, P. பிளாக் MGR முதல் தெரு, MMDA காலனி, அரும்பாக்கம், சென்னை – 600 106. பேச: 9382853646, 8825767500 மின்னஞ்சல்: parisalbooks2021@gmail.com ◆ அச்சாக்கம்: தி பிரிண்ட் பார்க், சென்னை – 600 117.

◆ POTTI ◆ Author : G.Suniljoghee© ◆ First Edition: July 2023 ◆ Pages: 134 ◆ Published by Parisal Putthaga Nilayam, No. 235, 'P' Block MGR First Street, MMDA Colony, Arumbakkam, Chennai - 600 106. Mobile: 93828 53646, 8825767500 Email: parisalbooks2021@gmail.com ◆ Printed at: The print park, Chennai -117.

Rs. 150

ISBN: 978-81-19919-13-0

காணிக்கை

ஈர மாசி ஹெத்தைக்கு

சமர்ப்பணம்

ஒரசோலெ, சாஜ தேவராஜ் மாமாவுக்கு

ஒரசோலெ, வாலஜ்ஜ ராமு மாமாவுக்கு

ஒரசோலெ, ஜானி ஆனந்தன் அண்ணாவுக்கு

பூசெ குன்னூரு, ரகுநாத்திற்கு

ஒரசோலெ, விக்கி சேகருக்கு

முகம்

*மு*கங்கள் உயிர்களின் நிலைத்த அடையாளமெனில் அது மிகையல்ல. அவை, உயிர்க்குப் பின்னும் நிலைத்திருப்பவை; நிழற்படமாய் நின்றசைபவை; நின்றலைபவை. என் நெஞ்சிலிருந்து நீங்காத நிலைமுகங்களின் திரட்சியே இந்தத் தொகுப்பு. என் நெஞ்சுநேர்ந்து நின்றலையும் முகங்களுக்கும் இத்தொகுப்பின் முகமான 'பொட்டி' எனும் சொல்லிற்கும் ஆத்மார்த்தமான ஊடாட்டமுண்டு.

சமீபத்தில் எழுத்தாளர் பெருமாள் முருகன் அவர்கள் இணைய இதழொன்றிற்கு நாயின் பெண்பாலைக் குறிக்கும் பொட்டி எனும் இதேபெயரில் சிறுகதையொன்றினை எழுதியிருந்தார். ஆனால், இந்தப் 'பொட்டி' வேறானது; வாழ்வியல் புலத்தின் வேர்போன்றது. நீலகிரிவாழ் படகர்களின் வழக்காற்றில் இச்சொல் அப்பாவித்தனம் நிறைந்த பெண்ணைக் குறிக்கின்றது. சுற்றத்திற்காகத் தன் வாழ்வை அர்ப்பணித்த, எவ்வித எதிர்பார்புமின்றி மாளா சுமையை ஏந்திய அப்பழுக்கில்லாத, பேரன்பு நிறைந்த, அப்பாவிப் பெண்களே பொட்டிகள்.

யுனெஸ்கோவால் உலகப் பூர்வகுடிகளாக அங்கீகரிக்கப்பட்டுள்ள, தொன்மையான வாழ்வியலைக் கொண்ட படகர்களின் வாழ்வியலைக் களமாகக் கொண்டுள்ள எனது இந்தத் தொகுப்பும் எனது முதல் தொகுப்பான 'ஓணி' போல திட்டமிடப்படாதது. அதுவாக அமைந்தது. இத்தொகுப்பில் 'பொட்டி' எனும் பெயரில் கதையொன்று இருந்தாலும் இதில் அமைந்துள்ள ஐந்து சிறுகதைகள், ஒரு நெடுங்கதை ஆகிய அனைத்திலும் அக்கதைகளின் ஆன்மாவாக இந்தப் பொட்டிகளே அலைகின்றனர். கெப்பி, திப்பெ, மிச்சி,

காங்கி, குப்பெ, குப்பி போன்ற என் அனுபவத்தில் கண்ட பொட்டிகளின் தியாகக் கனல்களைக் கடைந்து யாத்துள்ள என்பதைவிட ஆகியுள்ள இந்தத் தொகுப்பு நிச்சயம் புது அனுபவத்தை யாக்குமென்று நம்புகிறேன்.

என்னைப் படைப்புலகிற்கு யாத்த பரிசல் பதிப்பகமே தொடர்ந்து எனது இந்த மூன்றாவது நூலையும் வெளியிடுவது மட்டற்ற மகிழ்ச்சி. இடையறாது படைப்பிற்கு என்னை ஊக்கமூட்டிவரும் பரிசல் சிவசெந்தில்நாதன் அவர்களுக்கு என் நன்றி என்றும் உரியது. இத்தொகுப்பிலுள்ள 'ஒயி' எனும் கதையானது சோலை சுந்தரப் பொருமாள் நினைவுச் சிறுகதைப்போட்டிக்கான இரண்டாம் பரிசினையும், 'ஆடா' எனும் கதை உதிரிப்பூக்கள் மின்னிதழிற்கான ஆறுதல் பரிசினையும் பெற்றவை. இக்கதைகளுக்கு இத்தகுச் சிறந்த அங்கீகாரம் அளித்த பேசும் புதிய சக்தி மற்றும் உதிரிப்பூக்கள் இதழ்களுக்கும் எனது நன்றி.

ஓணி நூலைப்போலவே இந்த நூலிற்கும் தகுந்ததொரு முகத்தை, முகப்பு அட்டையை யாத்துத்தந்த சகோதரர் தாவணெ, சசிக்குமார் அவர்களுக்கும், செவ்வனே அச்சுக்கோர்ப்புச் செய்தளித்த சகோதரி தனலட்சுமி அவர்களுக்கும் எனது நன்றி. பிறந்த சிசுவைக் கையில் ஏந்துவதைபோல இந்நூலையும் ஏந்தி, அதன் ஒவ்வொரு எழுத்திலும் தம் கருத்தினைச் செலுத்தி வாசித்துக் கருத்துரைத்து ஆளாக்க துணைநின்ற எனது தந்தையார் ஒரசோலெ ஆ.கோபால் மற்றும் சகோதரர், பேராசிரியர் மு.கோகுல்பிரியன் ஆகியோருக்கும் நன்றி. இத்தொகுப்பில் இடம்பெற்ற சில கதைகளைச் சிறுகதைப் போட்டிகளுக்காக எழுதத் தூண்டிய எழுத்தாளர், பேராசிரியர். ப. சுடலைமணி, முனைவர் செ. துரைமுருகன், முனைவர் நா.தீபா ஆகியோருக்கும் எனது நன்றி. மேலும், இதன் ஆக்கத்திற்கும் ஊக்கத்திற்கும் துணைநின்ற அனைத்து அன்பர்களுக்கும் நன்றி. பொட்டிகளின் தியாகப் பெருங்கனலின் வெக்கை இனிவரும் ஒவ்வொரு பக்கங்களிலும்.

முனைவர் கோ.சுனில்ஜோகி

நீலகிரி,

14.06.2024

suniljogheema@gmail.com

உள்ளடக்கம்

1	ஓயி	*9*
2	பொட்டி	*25*
3	கள்ள ஹனி	*42*
4	ஆடா	*54*
5	நேரலு	*73*
6	கித்தவா	*89*

7

ஓயி

1

முன்னாளிலிருந்து 'நீங்கள் தொடர்பு கொள்ளும் வாடிக்கையாளர் தொடர்பு எல்லைக்கு வெளியில் உள்ளார்' என்று கூறிக்கொண்டிருந்த, மெட்ராஸில் வசிக்கும் மாதனின் அலைபேசி இணைப்பில் தற்சமயம் 'டீட்.. டீட்....' எனும் ஒலிமட்டும் எஞ்சியிருந்தது.

நேற்றிலிருந்து பெள்ளி அவனது கைப்பேசியே கதியென்று கிடந்தான். தன் மகன் மாதனுக்கு அழைத்தழைத்தே, ஒருமுறை சார்ஜ் செய்தால் ஆறு நாட்களுக்கு நிலைத்திருக்கும் அவனது கைப்பேசியின் சார்ஜ் அரைநாளில் குறைந்திருந்தது. கைப்பேசி பேட்டரியின் மின்னிருப்பின் கடைசிக் கீற்றைத் தக்கவைக்க அவன் எண்ணியிருந்தான். ஆனால், முடியவில்லை. அவனின் உள்ளூர்ந்துகொண்டிருந்த பதற்றம் அவனை விடாமல் இப்படிச் செய்யவைத்தது; செய்யவைக்கிறது.

வானமெங்கும் இடியின் தாண்டவம். இச்சமயத்தில் கைப்பேசியைப் பயன்படுத்தக்கூடாது என்று அவனுக்குத் தெரியும். அதிலும், இந்த கிருதீவிகெ* மாதத்து இடி அவ்வளவு சீக்கிரத்தில் தணியாதது.

"எதகே**... அத கொஞ்சநேரோ சும்மாதா வைங்களே...

---
* அக்டோபர்
** கணவனுக்கான விளி

ஆப் ஆயிட போகுது...

பைய போன் பன்றப்போ எடுக்கமுடியாம போயிடு..

ஆத்திரோ அவசரோ தெரியாம போயிடு...

இடிக்கிற இடியிலேவேறே.. இதுக்குமேலே எப்போ கரண்டு வருனு தெரியலே”

மின்னலென சிதறிக்கொண்டிருந்த மிச்சியின் மொழிகள் அவனுக்குப் புரிந்தாலும் மனம் ஒப்பவில்லை. அவள் சொல்லிமுடிப்பதற்குள்ளாக மூன்றுமுறை அழைத்துவிட்டான். அது, மின்பற்றாக்குறைக்கான முதல் சமிக்ஞையைக் காட்டியது. அடுத்தமுறைக்குச் சென்றவன் வேறு வழியின்றி தன்னைக் கட்டுப்படுத்திக்கொண்டான்.

எரிந்துகொண்டிருந்த விளக்கொளியில், அடுப்படியையொட்டிய பரண்மேல் தொலைப்பேசியை வைத்தான். அந்த நடு அறையை விட்டால் அடுத்து இங்குதான் நன்றாக கைப்பேசிக்கு இணைப்புக் கிட்டும். ஏதோ நினைத்தவன் தீடிரென்று மீண்டும்சென்று அக்கைப்பேசியைத் துழாவினான். அவன் நினைத்ததைப்போலவே அதைப் படுக்கவைத்திருந்தான். இப்படியிருந்தால் சில நேரங்களில் இணைப்புக் கிட்டாமல் போவதுண்டு. உடனே அதையெடுத்து லாவகமாக, அது வழுக்கிவிழாதவாறு சாய்த்து வைத்தான்.

காது பிளக்கும் இடியொலியும் விழியை மிரட்டும் மின்னலொளியும் அவன் நினைவுகளின் இருட்டிற்குள் விட்டு விட்டு வெளிச்சம் பாய்ச்சின. அவரைத் தோட்டத்திற்கு நடுவில் காவலுக்காக அமைக்கப்பட்ட குள்ளூ வீட்டில், அடர் இருட்டுலகில், மின்னல் வெளிச்சத்தில் விடிந்த இரவின் நினைவு... ‘ஐயா.. ஐயா.. பயமாயிருக்கு.. ஐயா... பயமாயிருக்கு... ஐயா...’ என்று இடியொலிக்குப் பயந்து, நள்ளிரவில் உறக்கம் விழித்துத் தன்மார்மீது படுத்துக்கொண்டு, இறுகக் கட்டிக்கொண்ட பேத்தி குப்பியின் நினைவு... இவ்விரண்டும் அவனை இடியினும் அலைத்தன.

குப்பியின் அந்த ‘ஐயா.. ஐயா..’ எனும் அச்சவொலி இடியின் ஒலியையும்மீறி அவனது செவிகளை ஆழ அசைத்துக் கொண்டிருந்தது. சற்றுநேரம்கூட பொறுக்கவியலாது

மீண்டும் சென்று கைப்பேசியைப் பற்றினான். மின்பற்றாக்குறையின் சிவப்புக் கோடும், மின்னேற்றச் சொல்லிய எச்சரிக்கையின் சிவப்புக் கோடும் மின்னின. தன் இடதுக்கையின் கக்கத்தின்மேல் லேசாக, இன்னுமிருந்த அந்தக் காயத்தழும்பினைத் தடவிப்பார்த்தான். அன்று, குப்பி இடிக்கு அஞ்சி அழுத்திப் பிடித்ததில் அவளின் நகம்பட்டு உண்டானது அது. அதிலும் இந்தச் சிவப்பே எஞ்சியிருந்தது.

2

'ஐயா.. ஐயா.. பயமாயிருக்கு.. உங்கிட்டே வர்றே.. ஐயா.. ஐயா...'

என்ற வார்த்தைகளோடு துண்டித்த அந்த இறுதி அழைப்பு அவனது மூளைக்குள் பேரிடியாய் தொடர்ந்தது.

சடசடவென மழை இறங்கியது. அவனுக்கு மேலும் பதற்றம் கூடியது. பேரிடிக்குப்பின் வந்தமழை ஓயாது. 'பிணம் கண்ட நெருப்போ.. நிலம் கண்ட மழையோ' என தன் தாத்தன் இந்த மழைகுறித்து கூறிய முதுமொழியை அசைபோட்டான். மிச்சி அறிவுறுத்துவதற்கு முன்பாகவே விரைந்து கொல்லைக் கதவைத் திறந்தான். கணுக்கால்வரை மழைநீர் தேங்கியிருந்தது. சுவற்றையொட்டி ஓடும் சாக்கடையை எட்டிப்பார்த்தான். அடர் இருட்டில் ஒன்றும் தெரியவில்லை.

அடர் இருட்டு... மின்னலுக்கும் வழியில்லாத அடர் இருட்டு. அடைமழையின் அடர்த்திவேறு அப்பிக்கொண்ட அடர் இருட்டு. சுற்றிமுற்றிப் பார்த்தான். ஒன்றும் தெரியவில்லை. கால்வாயில் ஓடும் நீரின் ஒலியை வைத்து நிலையை ஓரளவுக் கணித்தான். இடக்கையில் மெழுகுவர்த்தியுடனும், வலக்கையில் செய்தித்தாளில் பற்றவைத்த நெருப்புடனும் வந்துநின்றாள் மிச்சி. இது, கடந்தாண்டின் அனுபவம்... அடித்த மழையில் வெள்ளம்போல் ஓயி* திரண்டு, கால்வாய் அடைந்துபோய் வீட்டிற்குள் தண்ணீர் நிறைய, மார்புவரை

---

* சிறு வெள்ளம்

நின்றிருந்த நீரில் நடந்துசென்று அந்தக் கால்வாயின் மேற்சுவரைப் பெள்ளி உடைத்த அனுபவம்.

அவள் ஏந்திய காகிதத்தில் எரிந்துகொண்டே கீழ்வடிந்த நெருப்பு மழைக்காற்றில் அவளின் முகம்நோக்கி சடசடக்க, கவனத்துடன் ஒதுங்கி, அதை ஓரளவு ஒதுக்கிப் பிடித்தாள். அந்த வெளிச்சத்தில் பெள்ளி கால்வாய்க்குள் இறங்கினான். அதன் விளிம்பிற்குச் சென்று கடந்தமுறை உடைத்த இடத்தில் அடைத்திருந்த கல்லைத் தன் அடிப்பாதத்தால் அழுத்தி நீக்க முயன்றான். முடியவில்லை. குதிகாலால் சற்று அழுத்தம்கூட்டி முயன்றுபார்த்தான். வேலைக்காகவில்லை. கடப்பாறையை எடுப்பதைத்தவிர வேறு வழியில்லை என்று பட்டது. அதற்குள் அதை எடுத்து வந்திருந்தாள் மிச்சி.

வலக்கையில் பற்றவைத்த காகிதத்தை ஏந்திக்கொண்டு, இடக்கையில் ஆறையை நீட்டி அழைத்துக்கொண்டிருந்த மிச்சியிடமிருந்து பெரும் வியப்புடன் அதைப் பெற்றுக்கொண்டான் பெள்ளி. இதுவரையும் அப்படிதான். மிச்சியிடம் அவனது தேவை அவன் கேட்கும் முன்னமே அவனுக்குக் காத்திருக்கும். அதிலும், பேரிடரில் அவள் கணிப்புத் தவறியதேயில்லை.

ஆறையின் மேல்முனையைத் தன் இரு கைகளாலும் இறுக்கமாய் பற்றிக்கொண்டு கால்வாயின் குறுக்குச்சுவரை ஓங்கிக் குத்தினான் பெள்ளி. முயற்சி தொடர்ந்தது. கைகள் லேசாக மரத்துப்போக தொடங்கின. மழைநீரோ விடாமல் ஏறிக்கொண்டிருந்தது. கடந்தமுறை வந்த ஓயி போலவே அவனுக்குப் பட்டது. இன்னும் சற்றுநேரம் காலம் தாழ்த்தினாலும் நிலைமை கைமீறிவிடும். இருட்டில் வீட்டிற்குள் நீர் நுழைந்துவிட்டால், வெளிச்சமில்லா இந்நிலையில் பெரும் இடர் நேரும். அதிலும், முன்னறையில் அகலெ*யின்கீழ் உணங்கவைத்திருக்கும் காய்ந்த விதைக்கிழங்கும், வெள்ளைப் பூண்டும் நொடியில் வீணாகிவிடும். இந்தக் கார்போகமே அதைநம்பிதான். அதிலும், அக்கம்பக்கத்தாருக்கு வேறு விதைகளைத் தருவதாக ஒப்புக்கொண்டிருந்தான்.

---

* உறங்கும் பலகை

கல்லைக் குத்தி பயனில்லை என்ற முடிவுக்கு வந்திருந்தான். அதையொட்டிய விளிம்புச் சுவரை உடைப்பதே சிறந்தவழியென்று துணிந்தான். மழையின் விசையையும், நீரின் விசையையும் எதிர்த்து முனைந்தான். அவன் குனிந்து குத்தியபோது தேங்கியநீர் முகத்தில் அறைந்தது. மேலே நின்றுகொண்டு "கவனோ.. கவனோ..." என்று கத்திக்கொண்டிருந்த மிச்சியின்குரல் அவனுக்கு லேசாகக் கேட்டுக்கொண்டிருந்தது.

நெடுநேரம் கழித்து மீண்டுமெழுந்த இடியொலியில் மீண்டும் குப்பியின் நினைவுகள். காதுக்குள் நுழைந்துவிட்ட மழைநீர், இடியின் ஒலி, குப்பியின் மொழி என இந்தக் கலவை, பெரும் ஓயி ஒன்று அவனது காதுகளுக்கிடையே பெரும் சலனத்துடன் அலைவதுபோலிருந்தது. ஒருவேளை, இப்போது மகன் அழைத்திருப்பானோ எனும் எண்ணம்வேறு. அழைத்து எடுக்காமல் போனாலோ, கைப்பேசி முழுதும் மின்சாரத்தை இழந்து திரும்ப அழைக்கமுடியாமல் போனாலோ உண்டாகும் சங்கடத்தை எண்ணி அவன் மனம்பதைத்தான். அவன் செவிகளில் அலைந்துகொண்டிருந்த ஓயோடு அந்தக் கைப்பேசியின் அழைப்பொலியும் சேர்ந்துகொண்டது. நேற்றிலிருந்தே அப்படித்தான்... குப்பியின் மொழியும், குப்பி தருவித்து தந்திருந்த அந்தக் கைப்பேசியின் அழைப்பொலியும் அவன் செவிகளைக் குத்தகைக்கு எடுத்திருந்தன.

நெருப்பேற்றிய செய்தித்தாள் மழையில் நனைந்தவாசம் வீட்டின் முன்னறை முழுக்க பரவியிருந்தது. தண்ணீரில் ஊறிய பெள்ளியின் உடல் முழுதும் விறைத்திருந்தது. அங்குமிங்கும் மயிர்க்கூச்செறிவதுபோல் சில்லிட்டது. உள்ளங்கையும், விரல்களும், அடிபாதமும் வறுத்து உப்பிட்டு வேகவைத்த அவரையைப்போல லோசன வெண்மையேறி திட்டு திட்டாய்ப் புடைத்திருந்தன. கால்வாய்ச் சுவற்றில் ஏற்படுத்தப்பட்டிருந்த பொந்தை அடைத்திருந்த கல்லை விலக்கியதும் தன்னையும் இழுத்துக்கொண்டு வெளியேறிய நீரின் பேயொலி அவனது இதயத்துடிப்பைக் கூட்டியிருந்தது. சென்னையின் தற்சமயத்தய பெருவெள்ளம் சுருங்கும் இதயத்திலிருந்து அழுந்தி வெளியேறும் குருதிபோல அவனது

எண்ணத்தில் அழுந்திக்கொண்டிருந்தது. அவன் எண்ணம் முழுக்க ஓயின் ஒலி.

நேற்று மின்துண்டிப்பிற்கு முன்பு தொலைக்காட்சியில் சென்னையில் பெருக்கெடுத்தோடிய மழைநீர் கார்களை இழுத்துக்கொண்டு அலைந்த காட்சி அவனையும் விடாது இழுத்துக் கொண்டிருந்தது. அதிலும், செப்பறைப்பாக்கம் ஏரியைத் திறப்பதற்குத் திட்டமிடப்பட்ட செய்திவேறு. இந்த மழைநீரோடு ஏரியின் நீரும் சேர்ந்துகொண்டால்... அய்யோ.. அவனால் நினைத்துப்பார்க்கவே முடியவில்லை. வேளச்சேரியில் அடைமழையிலும் கட்டுமானப்பணியில் ஈடுபட்டிருந்த 15 பேரை இழுத்திருந்த மர்மக்குழியின் செய்திவேறு. அந்தக் காட்சியை அவன் எண்ணினாலே அந்தக் குழிக்குள் இறங்கும் நிர்ச்சுழலில் சிக்குண்ட குப்பியின் சிவப்புப் பஞ்சுபொம்மையின் காட்சி... பல்லை நறநறவென கடித்து அக்காட்சியை அவன் மடைமாற்ற, அதுவோ விடாது விட்டு விட்டு மின்னிக்கொண்டிருந்தது. முயன்று அதை மடைமாற்ற, வந்த அவரைத் தோட்டத்துக் காட்சியிலும், பேயிருட்டும்... அவரைத் தோட்டத்திற்கு நடுவில் குப்பியின் பொம்மையும்.. ஓயாத இடியும்... 'ஐயா.. பயமாயிருக்கு.. பயமாயிருக்கு' எனும் குப்பியின் அலறலும்... அவன் காதுகளைப் பொத்திக்கொண்டான்.

3

குளிப்பதற்கான வெந்நீர் காயும்வரையென்று மிச்சி கொடுத்திருந்த காபி பெள்ளியின் உள்ளங்கையில் அப்படியே கிடந்தது. அவன் வீட்டில் தேநீரும் காபியும் ஒன்றுதான். தேநீருக்கான புழங்குமொழி அங்கு காபி. அவர்கள் வாழும் நீலகிரியின் பொரங்காடு மலையில் தேயிலைக்கு முன்பு காபிதான் பிரதானம். தூளிட்டுக் கொதிக்கவைக்கும் பானம் காபியென்ற பெயரையே இன்றும் தக்கவைத்திருந்தது. நீர்ச்சுழலில் குப்பியின் பொம்மையைப்போல.

என்றும், கொதிக்கும் பதத்திலுள்ள காபியைப் பருகும் வழக்கமுடைய பெள்ளிக்கு அவன் கையிலிருக்கும் கோப்பையில் நிறைந்திருந்த தேநீரின் வெக்கை துளியும்

உறைக்கவில்லை. குப்பியையெண்ணிய ஆழ்ந்த யோசனை அவனை ஆட்கொண்டிருந்தது. அதைப் பருகாமல் அதையே வெறித்திருந்தான்.

'அப்பா குடிக்க சுத்தமான நீரில்லே...

மூனுநாளா கரண்ட்வேறே இல்லே...

வெளிக்குப்போகக்கூட தண்ணியில்லே..

இருந்த ஒருகேன் நல்லத் தண்ணியு தீந்தாச்சு. என்னபன்னுனும்னு தெரியலே..'

மாதனின் இறுதி உரையாடலின் நினைவு. அந்தக் காபியைக் குடிக்க அவனுக்கு மனம் ஒப்பவில்லை.

பெள்ளி வாங்கிதந்த முயல்வடிவிலான தண்ணீர்ப் புட்டியில், சதா நீரையூற்றி குடித்துக்கொண்டிக்கும் குப்பி, குடிநீரின்றி என்ன செய்வாளோ.. கொதிக்கவைத்த நீரினை ஆறவைத்து, அந்தப் புட்டியில் ஊற்றும்வரைகூட பொறுக்காமல் ஆர்ப்பாட்டம் செய்யும் அவளை எண்ண எண்ண அவன் மனம் விம்மிப் புடைத்தது.

"எண்ணங்க... என்ன யோசனே.. தண்ணி காஞ்சிருச்சி.. காபிய குடிங்க..."

சற்று தன்னிலையெய்தியவன் காபியைக் குடித்தான். காபி பகுதிக்குமேல் ஆறியிருந்தது. அதை மீண்டும் சூடுபடுத்தித்தர மிச்சி தயாராகவிருந்தாள். ஆனால், அவனோ கேட்கும் மனநிலையிலில்லை. மிச்சியும் எப்போதும்போல அவன் கேக்காமலேயே அதைக் கொடுக்கும் மனநிலையிலும் இல்லை. பேருக்குக் காபியைக் குடித்தான். குப்பிக்கு அளிக்கும் அதே பதம்.

நாள்தோறும் அதிகாலையில் தன் தாயும், பாட்டியும் எழுந்திருப்பதற்கு முன்பாகவே பெள்ளியை எழுப்பி, அழைத்துச்சென்று அவளாடிய தேநீர் அழிசாட்டியத்தில்,

'ஐயா... அந்தச் செம்ப எடு.. காப்பிய ஊத்து... அடுப்ப நா பத்தவைக்குறே...'

'ஏய்.. குப்பி பாத்து.. பாத்து.. சீக்கிரோ.. ஏய் ஆத்தற வரெக்குப் பொறுக்கமாட்டியா... லுசுக் குப்பி...'

வீட்டை ரணமாக்கி நீண்ட உரையாடலின் கணமோ பதிந்திருந்த மழையின் சென்டிமீட்டரைவிட அதிகம். சமையலறையின் மேல்சுவற்றையொட்டி அமர்ந்துகொண்டு, சம்மணமிட்ட தன் தொடைமேல் மில்க் பிஸ்கெட்டை வைத்துக்கொண்டு, இரண்டு தொடைகளையும் தரையில் அடித்தப்படி அசடுவழியும் முகத்தோடு அவள் தேநீர்ப்புரட்சி செய்யும் இடத்தை வெறித்தான்.

சிம்னியில் இறங்கிய மழைநீர் அதன் மேற்பரப்பில் படிந்திருந்த அடுப்புப்புகையோடு கலந்து குழைந்து, அடுப்பில் வைக்கப்பட்ட பாத்திரத்தின் மூடிமேல் விழும் சப்தம். தொடர்ந்து சீரான இடைவேளையில் விட்டு விட்டு எழுந்த அதன் ஒழுங்கு அவனது நினைவுகளில் மேலும் கல்லெறிந்து கொண்டிருந்தது. எழுந்து சென்றான். மீண்டும் கைப்பேசியை நோட்டமிட்டான். எந்த அழைப்புமில்லை. அழைத்துப்பார்க்க எண்ணை அழுத்தினான். அது மின்இழப்பிற்கான இரண்டாவது எச்சரிக்கையை அளித்து. அந்த 'டீன்...' எனும் ஒலியோடு சிம்மினியிலிருந்து சொட்டிய அடுத்தச் சொட்டின் ஒலியும் பிசகாமல் ஒத்திருந்தது. அடுத்து மூன்றாவது எச்சரிக்கையோடு கைப்பேசி அணைந்துவிடும் என்ற பயம் என்பதைவிட, தெளிவிற்கு வந்திருந்தான். மீண்டும் அதே இடத்தில் கைப்பேசியை வைத்தான்.

உலைப்பரணில் ஏற்றியிருந்த மெழுகுவர்த்தியின் வெளிச்சம் குறுக்குச் சுவரில் அவனது நிழலைப் படர்த்தியது. அந்த வெளிச்சத்தில், அதே சுவரில் குப்பிக்கு நிழற்குதிரை காட்டிய நினைவு உருகியது. அவன் விரல்கள் அவனையறியாமலேயே குதிரையாயிருந்தன. அவனது உருகல் நின்றபாடில்லை. அடுத்த சொட்டின் ஒலி... அருகி நின்றிருந்த அவனின் முகத்திலும் அதன் முத்தக்கீற்று. நடு உலையில் வைத்திருந்த மேரெலெ செம்பின்* தட்டின்மேல் படர்ந்திருந்த அந்நீர் நீர்மமாய் விழுந்து, அத்தட்டில் ஏறியிருந்த வெம்மையில் அது சற்றுத் திண்மமாய் மாறியிருந்தது. அவனது கண்ணீரும் மனநிலையும்கூட அப்படியேயிருந்தன.

அவனது நனவு மனம் முழுதும் நீர்மமுமில்லாத திண்மமுமில்லாத மெழுகின் உருகிய நிலை. அதன் தொடக்க

---

* நடு உலையில் வைக்கும் செம்பு

உறுத்தல் சற்று வலியுடனும்கூட. உறுத்தல் தொடங்கி வலியில்... அல்ல அல்ல... வலியில் தொடங்கி உறுத்தலில். அகன்ற உலைமூடியில் படர்ந்துகொண்டிருந்த முற்றும் குழம்பிய கடும் நீர்த்திண்மம் செய்தியில் பார்த்த ஓடும் வேளச்சேரியை நினைவுபடுத்தியது. அடுத்தடுத்த சொட்டுகள் விடாது தொடர்ந்தன. அத்தட்டின் மையத்தில் சொட்டி விளிம்பிற்கு ஓடிவரும் அந்தக் கரும்நீர் அவனது வெறிப்பை மேலும் ஈர்த்தது. அத்தட்டின் நடுவில் ஆட்காட்டி விரலைத் தொட்டு எடுத்தான். மெழுகின் வெளிச்சத்தில் அருகில் வைத்துப் பார்த்தான். ஆட்காட்டி விரலில் படிந்திருந்த அந்த மசி, குப்பியின் நெற்றியாய் விரிந்தது.

இதேபோலொரு மழைக்காலம். குப்பியை முதல்முறையாக இந்த வீட்டிற்குக் கொண்டுவந்திருந்த நேரம். அவளைக் கொண்டுவந்ததும் இந்த மசியைத் தொட்டு அவளுக்குப் பொட்டுவைத்த நினைவு. அந்த மசி நீரைப்போல அவனது நனவிலி மனதின் மையத்தில் பட்டு விளிம்பிற்கு ஓடியது. ‘இந்தக் காலத்தில் இந்த மசி சிறு குழந்தைகளை அடித்துவிடுமாம். அதை முறிக்க, முதலில் இதைத்தொட்டுப் பொட்டுவைத்துவிட வேண்டுமாம்’ என்று பக்கத்துவீட்டுச் செள்ளி என்றோ சொன்னதை அவன் நினைவுப்படுத்தி செய்திருந்தான். கருப்பும் லோசகப் பொன்னிறமும் மின்னும் அந்த இல்லுங்கு மசியில் தெரிந்த அவளின் முகம் அன்று அடுத்தடுத்த சொட்டுகளில் பலநூறு முகங்களாய் விரிந்தன.

4

மழையோ விடாமல் வலுத்தது. குளிப்பதற்குமுன் மேலுமொருமுறை கைப்பேசியைப் பார்த்தான். எந்த அழைப்புமில்லை. இன்னும் இரண்டுமுறை பார்த்தால் அது அணைந்துவிடும் என்பது அவன் உள்ளுணர்வுக்குப்பட்டது. அடிக்கின்ற மழையில் வெந்நீர் உடலிற்கு இதமாக இருந்தது. அதிலும், மெழுகின் வெளிச்சத்தில், நுரையைப்பற்றி பெரிதும் கவலையின்றி குளிப்பது அழூத்தமில்லாதது. இறுதிக் குவளை நீரினை எடுக்கும்போது தன் இடதுக் காதைச் சோதித்தான். எப்போதும் இடக் காதில் சோப்பு நுரையைத்

தவறவிடுவது அவனின் வாடிக்கை. அதை முதலில் குப்பியே கண்டு சுட்டுவதுண்டு. அவன் குளித்துவரும்போதெல்லாம் அவளுக்காகவே, அவள் அதைக் கண்டதும் வாயில் கைபொத்தி கொள்ளென்று சிரிக்கும் சிரிப்பிற்காகவே அவன் இடக்காதில் நுரையோடு வருவதுண்டு.

பெள்ளி குளிக்கும்வரை பொறுக்காது, அடம்பிடித்துத் தொல்லைசெய்து, சில நேரங்களில் அவனுடனேயே குளித்துவிடும் குப்பியை மிச்சி, பெரும்பாலும் குளித்தவுடன் அவனிடம்செல்ல அனுமதிப்பதில்லை. எடுத்தவுடன் தலையைத் துவட்டாமல், முதலில் உடலைத் துடைத்துவிட்டுப் பிறகு தலையை விரலால் துவட்டி, பின்பு துவாலையால் துடைக்கும் பழக்கம்கொண்ட அவன் குளித்து முடிக்கும்வரை மிச்சி குப்பியை வெளியே தூக்கிச் சென்றுவிடுவாள். குளித்தவுடனே உடலின் வெக்கை வெளியேற குழந்தையைத் தொடுவதும், தலையைத் துவட்டும்போது சிந்தும் நீர்த்துளி குழந்தையின்மீது படுவதும் குழந்தையின் ஆரோக்கியத்திற்கு ஒவ்வாதவை. இதை அவனுக்குச் சொன்னாலும் அவன் கேட்டதில்லை. அவனே கேட்டாலும் இவள் விடமாட்டாள். எப்படியோ தப்பித்துச்சென்று அவன் கால்களை இறுக்கமாகக் கட்டிக்கொள்வாள். இதற்கு ஒரேவழி அவளை வெளியே தூக்கிச்செல்வது ஒன்றுதான். ஒருவேளை அவள் அடம்பிடித்தால் அவன் குளித்து முடிப்பதற்கு முன்னமே, அவன் குடிக்கக் காபியோடு காத்திருப்பாள். என்றும் இந்த இரண்டாவது வழியே பெரும்பாலும் நிகழும். குளித்ததும் எதையாவது உண்டுவிட்டுக் குழந்தையைத் தொட்டால் இந்த ரோகம் அதைத் தாக்காதென்பது மருத்துவச்சி ஒட்டப்ப ஹெத்தெயின் துணிவு.

பெள்ளிக்குக் குளிப்பதற்கு முன்பும், குளித்தப் பின்பும், ஏன், உணவுக்கு முன்னும் பின்னும்கூட காபி வேண்டும். குப்பியிருக்கும்போது அவன் குடிக்கும் காபியின் முதல் மிடறும், கடைசி மிடறும் அவளுக்குத்தான். 'இப்படியே காப்பியக் கொடுத்து அவ வயித்தே கெடுத்துடாதிங்க' என்று மிச்சி சற்றுக் கடிய, தன் தாத்தனைக் கடிந்ததற்றாக அவளுக்கு அப்போதெல்லாம் அடிவிழுவதுண்டு.

பெள்ளி குளித்து முடித்திருந்தான். மிச்சி காபியோடு நின்றிருந்தாள். அவளின் மனதிற்குள் ஆயிரம் கவலையிருந்தது. அதை அவள் வெளிக்காட்டுபவளல்ல. பொதுவாக, அவள் கவலைகளை வெளிப்படுத்துபவளல்ல. இது, அவளின் இயல்பு. அவளின் மனவலிமை அசாத்தியமானது. இருந்தும், செம்பறைப்பாக்கம் ஏரியைத் திறந்துவிடப்போகிறார்கள் என்பதைக் கேள்விப்பட்டதிலிருந்தே அவளின் மனதிற்குள் அச்சம் தொற்றியிருந்தது. இங்குப் பெய்கின்ற மழையே இப்படியிருக்கும்போது அங்கே, தண்ணீர் ஓடுவதற்குக்கூட வழியில்லை. அதில், ஏரியைவேறு திறந்தால் என்னவாகுமோ எனும் பேரச்சம்.

2015 இல் மாதன் தி நகரில் வசித்தான். அப்போது ஏற்பட்ட வெள்ளத்தின்போது அவன் இங்கிருந்தான். திரும்பிச்சென்று இரண்டாமடுக்கில் இருந்த தன் வீட்டைத் திறந்தபோது வெளியேறிய நீரின் காணொளியை அவன் மறுமுறை வரும்போது மிச்சிக்குக் காட்டியிருந்தான். அது இப்போதும் விசைதோயது அவளின் கண்ணுக்குள் ஓடியது. இப்போதிருப்பது முதல்தளம்வேறு. அவளின் அச்சம் அகன்றுகொண்டிருந்தது. அவள் அதைத் துளியும் காட்டவில்லை. அது பெள்ளியின் யோசனையை மேலும் கூட்டும். அவன் சிலையென அமர்ந்துகொள்வான். அவன் இயல்பு அப்படி.

மெழுகுவர்த்தியின் வெளிச்சம் விளிம்புக்கு வந்திருந்தது. நெட்டு நிமிர்ந்த கருப்புத் திரியின் வெளிச்சம் யோசனையின் நீள்வேகத்தை அடுத்தநிலைக்குக் கூட்டியது. அடுத்து ஏற்ற மெழுகுவர்த்தி இல்லை. அடுப்பின் வெளிச்சம்தான். இருவரின் யோசனையும் தொடர்ந்தது. மெழுகுவர்த்தி அணையும் நேரம். அந்த அறையின் ஒளிச்சர்ப்பம் தன் துகிலை உரித்திருந்தது. அச்சட்டையும் அம்மெழுகுவர்த்தியின் அணைந்தத் திரியின் மணமும் எஞ்சியிருந்தன.

நெருப்பில் தெரியும் இருட்டோ அல்லது இருட்டில் தெரியும் நெருப்போ என்று தெரிவு கூறமுடியாத அவ்வறையின் இரம்மியம் அவனுக்கு மீண்டும் அவரைத் தோட்டத்தின் குள்ளினை நினைவூட்டியது. அவரைத் தோட்டத்தில் அடைமழைப் பிடிக்கும்போதெல்லாம் அவன் குள்ளின்

கதவை அடைக்காமல் தூங்குவதுண்டு. அது, ஏதேனும் உயிரினங்கள் அடைக்கலமாக வரலாம் எனும் உணர்வு. இது அடைமழைக்காலத்தின் அறம். பொதுவாக நகரங்களில் அடுத்தவீட்டின் கதவுகள்கூட யாருக்கும் திறக்கப்படாது என்பதை அரசல் புரசலாகக் கேள்விப்பட்டிருந்த அவனுக்குச் சென்னையில் அடுத்தவீட்டுக் கதவுகள் திறந்திருக்குமோ? வீட்டிற்குள் மழைநீர் புகின் வேறு வீடுகளில் அடைக்கலம் கிடைக்குமோ? எனும் யோசனைக்குவியல். குப்பி தன் பிஞ்சுக்கையில் ஏதோவொரு வீட்டினை விடாது தட்டும் மனக்காட்சி.

மழை சற்று ஓய்ந்ததுபோலிருந்து. முகட்டு ஓட்டில் கூடுகட்டியிருந்த குப்பிசி பறவைகளின் கீச்சொலி லேசாகக் கேட்கத் தொடங்கியது. குப்பி வயிற்றில் உண்டாகி யிருந்தபோது கட்டியிருந்த கூடது. 'குப்பிசி கூடுகட்டிருக்கு. யார் வரபோறாங்களோ.. குப்பியோ.. மல்லனோ. தெரியலேயே' எனும் மிச்சியின் வாக்கு பலித்துக் குப்பியே வந்திருந்தாள். அதற்குப்பிறகு மழைக்காலத்திற்கு முன்பாக மூன்றுமுறை கூரையின் சீமை ஓடுகள் சீர்செய்யப்பட்டுத் திருப்பப்பட்டிருந்தன. ஆனால், குப்பிசியின் கூடுகள் இருக்கும் அந்த முகட்டோடு வரிசையைப் பெள்ளி தொடவேயில்லை. இம்முறை ஆசாரி போக்கன்,

'ஏய் ஓடெல்லா பாசம் புடிச்சிருக்கு.. அடுத்தவாட்டி சுத்தமா போயிடு.. நெலவுலவேற நீர் எறங்குது... சைப்பர் நெலவுவேறே சீக்கிரமா இத்துப்போயிரு... செவுருக்கே ஆபத்து...'

என்று கூறிய எச்சரிக்கையையும் அவன் ஏற்கவில்லை. இந்தப் போக்கன்தான் இவ்வீட்டைக் கட்டியவன். பெள்ளியின் குணத்தை நன்கறிந்தும் அம்முறை பெள்ளி மறுத்தற்கு மிச்சியே அவனை முறைத்துப் பார்த்தாள். அவன் அதற்கும் மசியவில்லை.

'டேய், அடுத்தவாட்டி பாத்துக்கலா...

டேய், போக்கா, அது நம்ம வீட்டுக்கு ஓடுடா... ஆனா அதுகளுக்கு அதுதா வீடு..

போனா போகுது.. அடுத்தவாட்டி அந்த நெலவையே மாத்திட்டா போச்சு...’

அவனது வார்த்தைகளுக்கு இன்றவை நன்றிகூறுவதாக மிச்சிக்குப்பட்டது. அந்தக் கூடு இல்லாமல் போயிருந்தால் அதன் கதி? ஏல்லோரின் கதி?? மிச்சிக்கு மீண்டும் மாதனின் வீட்டிலிருந்து நீர் பெருக்கெடுத்தோடிய காணொளியின் காட்சி.

விண்ணில் மீண்டும் மின்னல்களின் சதிராட்டம். அவன் நினைத்ததுப்போலவே மழைக்குறைந்தது. ஆழ்ந்த யோசனையில் மிச்சி அடுப்பிற்கு விறகிடகூட மறந்திருந்தாள். ஒற்றைக் கொள்ளியில் வழிந்துகொண்டிருந்த நெருப்பு உலை யிடுக்கின் நிழலைப் பக்கவாட்டுச் சுவற்றில் படர்த்தியது.

ஒளி மிதமாக மங்கிய அறை. பறவைகளின் கீச்சொலியோ மழையின் மீட்சியை எதிரொளித்தது. தீடீரென்று அவ்வறையில் புதுவெளிச்சம். கைப்பேசி ஒளிர்ந்தது. இப்படியொரு சூழலில் இந்த வெளிச்சம் அவர்களுக்குப் புது அனுபவம். அதன் மின் இழப்பின் மூன்றாவது எச்சரிக்கையென்று அவன் நினைத்தான். ஆனால், அவன் எதிர்பாராமல் தொடர்ந்து அது ஒலித்தது. பதறிவந்து வேகமாக அதை எடுத்தான். மகனின் அழைப்புதான்.. உடனே எடுத்து ஹலோ என்றான்..

“ஐயா... ஐயா.. நீ வா ஐயா.. ஐயா.. ஐயா...”

குப்பி பேச பேச அது அணைந்துபோனது.

“ஹலோ.. ஹலோ...”

அவனின் குரல் கம்மியது. உடனே, பேட்டரியைக் கழற்றி திருப்பிப்போட்டான். அதை இயக்கினான். பயனில்லை. மிச்சி “என்ன.. என்னவாம்...” என்று அவன் கரத்தைப்பிடித்துக்கொண்டு நச்சரித்தாள். அவனுக்கு அந்தக் கைப்பேசியைத் தூக்கி எரிந்துவிடலாம் போலிருந்தது. அவள் அதைப்பிடுங்கி ஆன் செய்துப்பார்த்தாள். உள்ளங்கையில் தட்டிப் பார்த்தாள். அது, அடைமழைக்குச் சிக்கிய குப்பிசிப் பறவையைப்போல அசைவற்றிருந்தது. பெள்ளியை முறைத்தாள். அவளின் கண்கள் கலங்கியிருந்தன. அவளின் இதயத்துடிப்பு அவனுக்குச் சத்தமாய்க் கேட்டது. அவள்

பெருமூச்செறிந்தாள். அளுக்குப் பதற்றம் கூடும்போது பெருமூச்செறியும். அது தொடர்ந்தால் கைவிரல்கள் விரிந்து, கொக்கென வளைந்துகொள்ளும். யாரேனும் விரல்களை அழுத்திச் சிறிதுநேரம் பிடித்திருந்தாலொழிய இயல்புக்குத் திரும்பாது.

"நா அப்பவே சொன்னெயில்லே...

என்ன ஆச்சோ...

நோண்டாம சும்மா வச்சிருந்தா இப்போ பேசியிருக்கலாந்தானே..."

என்றவாறு அவனை முறைத்தாள். பெள்ளியின் காதுநிறைய குப்பியின் 'ஐயா... ஐயா..' எனும் மொழி.. 'ஐயா நீ எங்கே இருக்கே... எங்கே இருக்கே...' எனும் அலறல்..

"ஏய்.. எனக்குத் தெரியாதா...

ஆ.. எனக்குத் தெரியாதா... ஆ.. தெரியாதா.."

அவன் உக்கிரமாகக் கத்தினான். அவனின் வாய் குழறியது. அவள் இதுவரை அமர்ந்து கொண்டிருந்த முக்காலியை எட்டி உதைத்தான்.

மீண்டும் மழைப்பிடித்திருந்தது. மின்னலுடன் மழை. அவன் மண்டை நிறைய குப்பியின் வார்த்தைகள். 'ஐயா.. ஐயா.. நீ வந்துரு..' அம்முக்காலியை மீண்டும் உதைத்தான். அவனால் அடக்கமுடியவில்லை. அவ்வறையைவிட்டு வேகமாகக் கிளப்பினான். வீட்டின் வாசல்கதவு திறக்கும் சப்தம். அது பக்கவாட்டுச் சுவற்றில் அடித்து மூடிக்கொண்டது.

அவளாலும் முடியவில்லை. அவளுக்குப் பெருமூச்சுக் கூடியது. கையில் பிடித்திருந்த கைப்பேசி நழவி கீழே விழந்தது. விழி வழிந்தது. அந்தக் காணொளியில் வீட்டிலிருந்து வழிந்த நீரைப்போல... வெறித்து நின்றாள். மழை நன்கு பிடித்திருந்தது.

ஊநேரி மரங்களடர்ந்த ஊர்த்திடலின்வழியே வெறிகொண்டு நடந்தான் பெள்ளி. முழங்காலை மறைக்கும் நீர் ஓடிக்கொண்டிருந்தது. மின்னல் வெளிச்சத்தில் அவரைத் தோட்டத்து வழியில் இறங்கினான். காதுமுழுக்க 'ஐயா.

ஐயா..' எனும் குப்பியின் அழைப்பு. அவன் மனக்கண் முழுக்க அவரைத் தோட்டத்தை முழ்கடித்த மழைநீர்... அதில் மிதக்கும் குப்பியின் சிவப்புப் பொம்மையின் காட்சி. நெடுக எட்டுவைத்து அவன் நடை தொடர்ந்தது.

6

வெளியிலிருந்து வீட்டிற்குள்ளே இறங்கிக்கொண்டிருந்த மழைக்காற்று மிச்சியைத் தீண்டியது. யாரை நினைத்துக் கவலைகொள்வதெனும் பிரக்ஞையின்றி தொடர்ந்தாள். அவளுக்குப் பெருமூச்சுக் கூடியது. பல்லை நறநறவென கடித்தாள். விரல்கள் லேசாக விரிந்து வளைய ஆரம்பித்தன. கைகளை மடக்க நினைத்தாள். முடியவில்லை. நடுவிரலும், ஆட்காட்டி விரலும் விரிந்து உள்நோக்கி வளைவதை நெருப்பின் வெளிச்சத்தில் பார்த்துக்கொண்டிருந்தாள். பற்கள் கட்டிக்கொண்டன. கண்களில் பொளபொளவென கண்ணீர் திரண்டது. அழுகையொலி மூக்கின்வழி முனங்கலாய் எழுந்தது. இரு கைகளும் கண்முன்னால் வளைந்துகொண்டிருந்தன. முக்கி முயன்றாள். முடியவில்லை. கைகள் மரத்துப்போன உணர்வு. அந்தக் காணொளியில் கண்ட, வீட்டிலிருந்து வெளியேறிய நீரின் காட்சி. அதில் அவளின் கொக்கென்ற இவ்விரல்களும்... இதுவரை அவள் இவ்வெல்லையைத் தொட்டதில்லை. எல்லை மீறிக்கொண்டிருந்தது. சட்டென அவளின் விரல்களைப் பிடித்தான் பெள்ளி.

அவளின் இரு கைகளையும் அழுத்தி அடைத்திருந்த அவனது உள்ளங்கை பிடிமானத்தில் லேசாக நடுங்கிக்கொண்டிருந்தது. தொப்பென நனைந்திருந்த அவனது தலையிலிருந்து மழைநீர் சொட்டு சொட்டாக அவன் கரத்தை நனைத்துக்கொண்டிருந்தது. அதனுடன் மிச்சியின் கண்ணீரும்... அவள் அப்படியே அவன் மார்பில் சாய்ந்துகொண்டாள். அவன் அஞ்சியதுபோலவே நடந்திருந்தது. அவனது முட்டாள்தனத்தை எண்ணி வருந்தினான். அவனின் பிடியின் அழுத்தம் கூடியது. ஒரு பெரும் ஓயிக்கு அந்தவீடு தப்பியிருந்தது.

குப்பிசிப் பறவையின் கீச்சொலி. இதுவரையிலில்லாத ஒற்றைப் பறவையின் கீச்சொலி. அதுதன் கூட்டிற்குத் தைரியம் சொல்கிறது. நம்பிக்கை தருகிறது. அது கோபப்படுவதில்லை. கவலைகொண்டு மாய்வதில்லை. புத்தியைக் கெடுத்துக் கொள்வதில்லை. துன்பத்தின் அருகில் தன் கூட்டினைச் சிறகால் அணைத்துக்கொள்கிறது. அதன் சிறகுகள் உயரப் பறக்கக் கற்றவைதான். ஆனால், பறப்பதற்குமுன் அணைப்பதே அறமென்பதை நன்கறிந்தவை.

பெள்ளியின் சிறகணைப்பிற்குள் மிச்சியிருந்தாள். அவனது சிறகுகள் பறக்கக் காத்திருந்தன... புலர்தலுக்காக.

★ ★ ★

பொட்டி

1

"டங்... டங்... டங்... டாங்... டிங்...

டிங்... டிங்... டங்... டங்... டொங்......"

சுத்துக்கல்லிலுள்ள* மணியொலி திப்பெக்குத் தெளிவாகக் கேட்டது.

பொதுவாக அவள் தற்போது இருக்கும், மிச்சியின் வீடமைந்த இந்தக் கீழ்க்கேரிவரை** இரும்புக் கோல்கொண்டு ஓங்கியடிக்கும் அந்த மணியொலி கேட்காதுதான். ஆனால், திப்பெக்கு அவ்வொலி பழகிப்போனவொன்று. தரையிலிருந்து ஊன்றிய இரும்புக் கம்பத்தில் இணைக்கப்பட்ட, நடுவில் சற்று உட்குழிந்த வட்டத் துளையுடைய, மேற்விளிம்பிற்குச் சற்றுக்கீழே சீராக சிறு சிறு வட்டக்குழிகள் அமைந்த அந்த மணியிலிருந்தெழும் ஒவ்வொரு ஒலி சமிக்ஞைகளும் அவளுக்கு அத்துப்படி. அந்த மணியை யார் அடிப்பது என்பதுவரை.

நிச்சயம், இப்போது அதை அடிப்பது மிச்சியின் தம்பிமகன் மல்லன்தான். அதிலொரு வெறி ஏறியிருந்தது. ஊரில் நடக்கும் மந்தாவை*** அறிவிக்கும் அந்த மணியை

---
* ஊர்மந்தையிலுள்ள வழிபாட்டுத் தளம்
** கீழ்த்தெரு
*** பஞ்சாயத்து

அடிப்பது குடிகோரி* காளனின் பொறுப்பு. ஆனால், இன்று நடக்கும் மந்தாவிற்கு நிச்சயம் அவன் ஒப்பியிருக்கமாட்டான். அவன் எப்படி ஒப்புவான்.... ஊரைக்கூட்டி மாப்பு**கேட்டு தலைமுறை தலைமுறையாகத் தொடரும் இந்தப் பொறுப்பை விட்டாலும் விடுவானேயன்றி அவன் மிச்சிக்கு எதிரான இதைச் செய்யமாட்டான். அவனல்ல, இவ்வூரில் வேறு யாரும் இதைச் செய்யமாட்டார்கள். அதனால்தான், இந்த வழக்கின் வாதியான மல்லனே இதைச் செய்திருப்பான்.

'பாவி... அவன் இதையும் செய்வான்.. இன்னமும் செய்வான்... அவன் எதைத்தான் செய்யவில்லை.' திப்பெயின் செவிக்குள் பரவியிருந்த அந்த மணியொலி அவளது எண்ணக்கதுப்பெங்கும் இறைந்தது.

'அதெப்படி.. அவ மந்தாவுக்கு அவனே மணியடிக்கிறது...

இதென்ன புது சட்டோ...

இவனுக்கு இந்தத் தைரியத்த யாரு கொடுத்தது...

என்னதா பொல்லாதவனா இருக்கட்டுமே.. ஊரே அவனுக்கு அஞ்சி சாகனுமோ...

அதுலெயு, எதிராளி இல்லாத மந்தா...

என்ன நியாய கெடச்சிரப்போகுதோ.

பாவி.. பாவி.. அவ அப்பனவிட மோசமா இருக்கா...

என்னக் கருமமோ...

இவ இருக்கும்போதுதா நிம்மதியா வுடலே...

பாதி செத்தப்பறமும் விடமாட்டேங்கறாங்க சுத்தக் கிராக்கிங்கா...'

அவளது எண்ணங்கள் சுழன்றன. குழம்பைத் தாளித்துக் கொண்டிருந்தவள் வெங்காயம் துளித்த கையாலேயே தன் நெற்றியில் அடித்துக் கொண்டாள். பாத்திரம் விளக்கிக்கொண்டிருந்த பாதியில் அவசர அவசரமாகச் சமையலுக்கு வந்திருந்ததற்கு எச்சமாய் அவளின் கையில்

* கோயில் தெரு

** மன்னிப்பு

படிந்திருந்த ஹமாம் சோப்பின் நுரை அவளின் நெற்றியைப் பற்றியிருந்தது. தனது ஈரக்கையால் அவள் அடித்த வேகத்தில் இரண்டு சிறு சிறு சோப்புக் குமிழிகள். அதிலொன்று சற்றுப் பெரியது. இல்லை, இல்லை.. இரண்டும் சமம்.. இல்லை.. இல்லை.. இதைவிட அதுதான் பெரியது... இல்லை.. இல்லை.. இப்போது இதுதான் பெரியது. அது சிறியது. நிலைகொல் குமிழி. சிறிதோ, பெரிதோ அது குமிழி. அதன் நிலைகெடும்வரை. அவளின் எண்ணமெங்கும் குமிழிகள் அலைந்தன.

திப்பெயின் காதுகளில் இறைந்திருந்த மணியொலி மடைமறியிருந்தது. எதிரே திறந்திருந்த ஜன்னல் கம்பியில் மாட்டியிருந்த சிறிய நிலைக்கண்ணாடியில் அந்தக் குமிழிகளை உற்றுப் பார்த்தாள். அவை நிலைகெட்டுக் கொண்டிருந்தன. அவளின் நிலையும்கூடதான். அவள்தன் வீட்டை எட்டிப்பார்த்தே பலநாட்களாகின்றன. நேற்று தன் மூத்தமகனின் பிறந்தநாள். அதற்குக்கூட செல்லவில்லை. அவன் வருவானென்று எதிர்பார்த்திருந்தாள். ஏமாற்றமே... அவனது கோபம் நியாயமானதுதான். எப்படி கோபமில்லாமலிருக்கும். சமைத்து, துவைத்து, சங்கடங்களைச் சகித்து... அப்பப்பா... தன் கணவனுக்கிருக்கும் புரிதலைத் தம் பிள்ளைகளிடமும் எதிர்பார்ப்பது என்ன நியாயம்? தன்வீட்டின் சூழல் ஒருபுறமிருக்க, அதோடு...

'நானா சொத்துக்கு ஆசெப்படுறே...

போயி போயி.. இந்தப் பாழாபோன வீட்டுக்கு.. ச்சே..

அவநாக்கு அழுக..

ஏ... சொத்துலேயே பூண்டு மொளச்சதோ, புல்லு மொளச்சதோ.. கண்டு பலநாளாச்சு. நீங்க ஒழுங்கா இருந்திருந்தா எனக்கென்ன விதியா...

வீட்டுத் தொலச்சிருக்கலா... ச்சே...

அதே அவ அப்பனாட்டோ.. இன்னு இவகிட்டே உரிய என்னவிருக்கு? இந்த வீட்டத்தவிற... இருக்காளா இல்லெ செத்தாளானுகூட பாக்காத கேடுகெட்ட பொறப்புங்களுக்குச் சொத்துவேறே கேடு....'

மனவுணர்வுகள் கொந்தளிக்க சூழ்நிலைக் கைதியாய் நிற்கும், இருக்கும், கிடக்கும் நிலைவேறு.... தோன்றி தோன்றி பெருகும் நிலைகெடா குமிழிகள்.

2

அடுப்புச் சாம்பலிட்டுச் செய்தித்தாள்கொண்டு அழுத்தித் துடைத்தும் இந்த வீட்டைப்போல பளிச்சிடவைக்கமுடியாத அந்தக் கண்ணாடியில் தன்னை வெறித்தாள். ஜன்னல்வழியே சில்லென்ற காற்று அவளின் முகத்தை வருடியது. முற்றத்து மஞ்சள் ரோஜாவின் நறுமணம் லேசாக அவளின் நாசியெங்கும் பரவியது. சிவந்த முற்களோடு காற்றில் அசையும் இதழ்விரித்த அந்த ரோஜாவின் நினைவு அவளுக்கு. தன் இதழ்களை விரித்துப் பார்த்தாள். பற்களில் சற்று அதிகமாகவே மஞ்சள்கறை படிந்திருந்தது. வாயை அகட்டி வலது நடுவிதழை விரித்துக் கட்டைவிரலால் மேற்கோணைப் பற்களைப் பார்த்தாள். முடியவில்லை. அதனிடுக்கில் நுனிநாக்கை விட்டுத் துழாவினாள். நேற்றுண்ட கோழிக்கறியின் துணுக்குச் சிக்கியிருந்தது. அதை நாவால் துழாவி எடுக்க முயன்றாள். வரவில்லை. அழுத்தி முயன்றாள். முடியவில்லை. வாயை அகலத்திறந்து வலது ஆட்காட்டிவிரலை உள்ளேவிட்டு நகவிடுக்கால் அதை நோண்டினாள். லோசாக வெளியேறியதை, கட்டைவிரலின் துணைசேர்த்தி அழுத்திப் பிடித்து இழுத்தாள். பகுதிக்குமேல் வெளியேறியிருந்த அத்துண்டினை அனிச்சையாகவே அவள் முகர்ந்துபார்த்தாள். முகம் சுழிக்கும் கவிச்சை நாற்றம். லேசாக குமட்டவும் செய்தது. உடனே, கையைக் கழுவியவள் எஞ்சியிருந்தத் துண்டையும் எடுக்க முயன்றாள். முடியவில்லை. வாயை அகலத்திறந்ததில் இதழ் விளிம்புகளும் மேல்தாடையும் வலியெடுத்தன. வேலைகளும் இருந்தன. நேற்றுக் கோழிக்குழம்பினைக் கொடுத்த மேல்வீட்டுக் காடெயின் கிண்ணம் கழுவாமல் கிடந்தது. அதில் ஊற்றிவைத்த நீரில் எண்ணைப் பிசுப்பேறி மிதந்தது. நாளைத் திங்கட்கிழமைவேறு. இன்றே அதைச் சுத்தம்செய்து வீட்டினைத் துடைக்க வேண்டுமென்ற தீவிரம் அவளுக்குப் பரபரத்தது. உள்தாடையை நாவோடு உள்ளொடுக்கிச்

சப்பி சப்பிப் பார்த்தாள். சுள்ளென்ற கவிச்சை சுவை கிளம்பிக்கொண்டிருந்தது. தன் உள்ளங்கையை நீட்டி அதில் ஊதி ஊதி முகர்ந்துபார்த்தாள். துகிலுரிக்கும் துர்நாற்றம். எஞ்சிய துணுக்கை எடுக்க மீண்டுமொருமுறை முயற்சித்தாள். முடியவில்லை. வாய்க்கொப்பளித்தாள். அப்பாடா, முடையேறிய நாற்றம். நிலைகெட்ட இறைச்சி.

இப்போதெல்லாம் மிச்சியின் வாயிலிருந்தும் இதே நாற்றம் எழுகிறது. உண்மையைச் சொல்லவேண்டுமெனில் இதைவிட மேசமான நாற்றம். ஒரு வாரத்திற்குமுன்பு மிச்சியைப் பார்க்க வந்திருந்த ரவி டாக்டர் சொன்னது உறுத்தியது.

‘திப்பெக்கா... உள்ளெல்லா போயிருக்கு..

மிஞ்சிப்போன இன்னு ரெண்டு மாசாமோ... மூனுமாசமோ.. அவ்வளவுதா...’

இதுவரை மிச்சிக்குப் பலநூறுமுறை பண்டுவம் பார்த்திருந்த ரவி டாக்டரின் கண்களில் அன்று திரண்டிருந்த கண்ணீர் இதுவரையாரும் காணாத அவரின் மறுமுகம். ஊரெல்லாம் 1000 ரூபாய் பீஸ் வாங்கும் அவர் இதுவரை இங்கு ஒருபைசா வாங்கியதில்லை.

என்றையும்போல மூடியிருந்த மிச்சியின் கண்களைத் திறந்து டார்ச் அடித்துப் பார்த்தார். ‘ச்சே’ என்று உச்சுக்கொட்டினார். தன் பெட்டியைப் பூட்டியவர், படுக்கைப்புண் மிகுந்து திட்டுத் திட்டாய்த் தடித்துத் தோலுரிந்துகிடந்த மிச்சியின் கால்களைத் தடவியவாறே வெளியேறிய காட்சி திப்பெயின் கண்களில் நின்றலைந்தது.

இவள் அவருக்கு அப்படி என்னதான் செய்துவிட்டாள்? இந்த ஊருக்கு? ஏன்.... எனக்கு? அந்த நாளின் நினைவு அவளைப் பீடித்தது. 40 ஆண்டுகளுக்குமுன்பு... அப்பாடா அந்த நாள்.. அந்த வலி.. சாவின் வலி.. அடிவயிற்றில் யோனிக்குச் சற்றுமேலே ஆரம்பித்து இதயம்வரை குழந்தையின் அள்ளெயில்* அடிக்கும் கருப்பிரண்டலைப்போல ஒவ்வொரு இடமாகத் துடித்து துடித்து இறங்கிய அந்த வலி. மூச்சுவிட முடியாமல், அதுவரை நன்கு கேட்டுக்கொண்டிருந்த இதயத்துடிப்பின் நினைவே அற்றுப்போன அந்த நொடி...

---

* அடிவயிறு

ஐயோ.. செத்திருப்பேன்... சாகவிடாமல் இந்தக் கைதானே காத்தது. பெருமூச்செறிந்தாள். அன்று இவளின் கைகளைப் பற்றியிருந்த மிச்சியின் கைவிரல்களின் இறுக்கம், அவளின் உயிரைப் பிடித்திருந்த, அந்த மரத்துப்போன நாளின் நினைவை முகரும்போதெல்லாம் திப்பெ மரத்துப்போவதுண்டு.

3

பால்பொங்கி அடுப்பை அணைத்திருந்தது. கருகும் வாசம். அடுப்பை நிறுத்தினாள். எழுந்த நெடி கண்களை உறுத்தியது. தன் தலையை மீண்டும் அடித்துக்கொண்டாள். தன் கவனத்தை மாற்றிய மடத்தனத்தை எண்ணி வருந்தினாள். மனம் சமாதானம் கொள்ளவில்லை. கைகளை மடக்கி வலதுபுற சுவற்றை லேசாகக் குத்தினாள். "சே.. ச்சே.". அவளின் ஆற்றாமையின் நெட்டொலி தொடர்ந்தது. கரித்துணியை எடுத்தாள். அடுப்பில் சிந்தியிருந்த பாலைத் துடைத்தாள். கரித்துணி முற்றநனைந்து லேசாகக் கையைச் சுட்டது.

இதமெனயிலிருந்து* முனகல் சப்தம். "ச்சே..." என்றவாறு மீதமிருந்த பாலை அந்தச் சிறு வெண்கலப் பாத்திரத்தில் ஊற்றினாள். புதிதாக மறுக்கட்டமைக்கப்பட்ட அந்தப் பழைய வீட்டில் வேலைபாட்டின் அருமைகருதி விடப்பட்டிருந்த பாகெ மரத்தால் செய்யப்பட்டிருந்த பரண்மேலிருந்து அந்த மருந்து பாக்கெட்டை எடுத்தாள். மீண்டும் "ச்சே... ச்சே..." எனும் ஆற்றாமையின் ஒலி. மிச்சிக்குத் தரவேண்டிய அந்த சிவப்பு மாத்திரையை உடைத்து வைக்கவில்லை. வேகவேகமாக உலைக்கருகில் முனைகுத்தி வைக்கப்பட்டிருந்த சொப்புக்கத்தியை** எடுத்தாள். அதன்பிடி இறுக்கமாக இருந்தது. அதன்பிடியைப் பிடிக்கும்போதெல்லாம் அவளுக்குள் ஓர் இறுக்கத்தின் விசும்பல். வாழ்வில் இந்நேரம் வாழ்ந்து முடித்திருக்கவேண்டியவள். பொட்டி.. பொட்டி..*** அவள் எங்கே அவளுக்காக வாழ்ந்திருக்கிறாள். இல்லற வாழ்வினை நிறைத்து, இணையை இழக்கும்போது உடைக்கப்படும்

* நடுவறை
** அரிவாள்போன்ற ஒருவகை கத்தி
*** அப்பாவிப் பெண்

இந்தச் சொப்புக்கத்தியின் பிடியின் பிடிமானம், அந்தப் பிடியின் மானம் மிச்சியை மேலும் மேலும் உணர்த்தியது. கதிர் அரிவாள்போன்ற அமைப்புடைய அக்கத்தியைச் சற்று மேல் குமிந்துள்ள அம்மாத்திரையின் நடுப்பகுதியில் சற்று அழுத்தி வைத்தாள். அடுப்பூதும் குழலால் கத்தியின் மேல்முனையைத் தட்டினாள். ஓரளவிற்குப் பாகமாக உடைந்த அம்மருந்தின் ஒருபகுதி கேஸ் அடுப்பிற்குள் சென்றது. மீண்டும் "ச்சே..." அதைப்பற்றி அவள் கவலைகொள்ளவில்லை. அம்மாத்திரையின் மீதி அரையைப் பாலில் இட்டாள். அதை வேகமாக அந்தக் கத்தியைக்கொண்டே கலக்கினாள். ஓரளவு சூடாக இருந்த அப்பாலை ஆற்ற நேரமில்லை. அது ஆறுவதற்காகக் கீழே நீர்நிரப்பி வைத்திருந்த செம்புக்குள் வைத்தாள். இதமனைக்குச் சென்று ஜன்னலின் திரையை விலக்கிப்பார்த்தாள். மிச்சி எழுந்திருந்தாள். "அய்யோ" என்று தன் முட்டாள் தனத்தை அசைப்போட்டு மீண்டும் மீண்டும் தன் தலையில் அடித்தாள். இது அவளுக்குப் பசிக்கும் நேரமென்று அவளுக்குத் தெரியும். பொதுவாக இந்தநேரத்தில் என்ன வேலை இருந்தாலும் அவள் கண்டுகொள்ளமாட்டாள்.

பெங்களூரு ஏர்லைன்ஸ் கடக்கும் சப்தம்... என்றும் இந்நேரம் இவள் மிச்சிக்குச் சோறூட்டி.. அல்ல, பாலூட்டி யிருப்பாள். அதன்பின்தான் அந்த வீட்டின் கதவுகள் திறக்கப்படும். அதுவரை யார் கதவைத் தட்டினாலும் திறப்பதற்கில்லை. யாரும் கதவைத் தட்டுவதுமில்லை. இதற்கென்றே மாலை நேரத்தில் பால்வாங்குபவள் அது கெடாமல் இருக்க அதை அடிக்கடி காய்ச்சுவதுண்டு.

என்றும் பாலூட்டும் அந்தப் பாத்திரத்தில் வெள்ளைப்பால் இளஞ்சிவப்பேறியிருந்தது. அதை எடுத்து அதன் அடிப்பகுதியின் ஈரத்தைத் தன் முண்டில்* துடைத்தாள். மிச்சிக்கு ஊட்ட ஆரம்பித்தாள். முதல் கரண்டி உள்ளே இறங்கவில்லை; பாதி வழிந்தது. அது அப்படித்தான். இரண்டு மூன்று கரண்டிவரை அப்படித்தான். கிடந்த கோலத்தைச் சிக்கென பிடித்துக்கொண்ட அந்த உடம்புக்குக் கிடந்தபடியேதான் எல்லாமும். புரையேறிய அந்த இளமஞ்

---

* கீழ் ஆடை

சள் கண்களின் இமைகள் மட்டும் அசைந்தன. அந்த உடலின் உயிர்ச்சிறகு அங்குதான் எஞ்சியிருந்தது. அந்தச் சிறகசைப்பில் அக்கனத்தவுடல் பாறையில் வேர்விட்ட, காற்றில் அசையும் அதுவெ மரத்தைப்போல எழும்பாது கிடந்தது.

மிச்சியின் முனகல் நின்றிருந்தது. வெளிச்சத்திற்காகத் திறந்திருந்த, மிச்சியின் படுக்கைக்கு நேரே அமைந்திருந்த ஜன்னலுக்கு நேராக சூரியன். என்றும் கண்களைக்கூசும் நேரம். இந்நேரத்தில் மட்டும் மிச்சியின் கண்கள் லேசாக அலையும். அந்த அசைதலுக்காகவே, இந்தத் துளி மீட்சிக்காகவே அவள் இங்குக் கிடத்தப்பட்டாள். மடிந்துபோன அவளின் உயிர் முடிச்சுகளை உசுப்பும் இந்தவேளை அடிக்கடி வாய்ப்பதில்லை. அதனால், இதற்கான முயற்சிக்குத் திப்பெ துளியும் தவறுவதில்லை. அந்த அசைதலின் உண்மையும், புன்மையும் அவளுக்குத் தெரியும். இப்படித்தான், அவளை மிச்சி காத்த அன்று, அவளது இறுதி கண்ணசைவில் மிச்சியே நின்றலைந்த நினைவு ரசம்போன கண்ணாடியின் பிம்பம்போல் நிலைத்திருந்தது.

சில நிமிட தரிசனம்தான். சூரியன் கடந்தான். ஜன்னலைச் சாத்தினாள் திப்பெ. ஜன்னல் திரையை நன்கு மூடினாள். இது மிச்சி உறங்கும் நேரமிது. என்றும் ஜன்னலை மூடிவிடுவதற்குள் அவள் கண்கள் உறக்கத்தில் ஆழ்ந்துகிடக்கும். ஆனால், சில நாட்களாக அப்படியில்லை. இன்றும்தான்... அவள் உறங்கவில்லை. இப்போதெல்லாம் அந்தத் தூக்கமாத்திரை முன்பைப்போல வேலைசெய்வதில்லை. கண்களை மேலும் அகலமாய் வெறித்துத் திறந்திருந்தாள் மிச்சி. இப்போதெல்லாம் இது அவளின் புதுசெய்கை.

எரிந்துகொண்டிருந்த நீலநிற ஜீரோ டிகிரி விளக்கின் வெளிச்சத்தில் மிச்சியின் கண்களை வெறித்தாள் திப்பெ. ஏனோ தெரியவில்லை அவளின் அடிமனது லேசாக பதறியது. இனம்புரிந்த பயம். இதுபோல் தோன்றும்போதெல்லாம் செய்வதைப்போல, அந்தச் சன்னல் வழியே எட்டி அட்டக்கொரெ மேய்ச்சல் நிலத்தைப் பார்த்தாள். அவள் அஞ்சியதைப்போலவே இன்று அந்த நாகு* நின்றிருந்தது. அவளுக்குப் பதற்றமும் கோபமும் உச்சிக்கேறியது.

---

* பெண்ணெருமையின் இளங்கன்று

()

'அவனுக்கு எத்தனவாட்டி சொல்றது... போகிடி..* போகிடி...'

அவளின் மனதில் தோன்றிய சொற்கள் அழுந்தி வெடித்து உதடுகடந்திருந்தன. இந்த நாகுக்குரியவனான பெள்ளு அன்று மிச்சியைக் காப்பாற்றியவன் என்ற நன்றி இருந்தாலும் இப்போது அவன்மேல் திப்பெக்கு கோபமே கொப்பளித்தது. அந்த நாகுவை எட்டிப்பார்த்தாள். அது அவளை வெறிப்பதுபோலிருந்தது. பயமெனும் பூதம் அவளின் அடிவயிற்றிலிருந்து லேசாக மேலே கிளம்பியது. அந்த நாகு அந்த வீட்டைநோக்கி விடாமல் கனைத்தது. இப்போது அவள் முழுதும் அந்தப் பூதத்தின் பிடியில். சட்டென திரும்பி மிச்சியைப் பார்த்தாள். அவள் அஞ்சியதைப்போலவே மிச்சியின் கண்கள் கலங்க ஆரம்பித்திருந்தன. "ஐயோ.. ஐயோ.." நெஞ்சில் அடித்தாள். அதற்குள் வலுத்த அடுத்தடுத்த கனைப்பொலிகளில் மிச்சிக்குக் கண்ணீர் கரைப்புரண்டோடியது. அவள் செய்வதறியாது சன்னல் திரையை மீண்டும் இறுக்கமாக மூடினாள். முன்னறைக்கு ஓடினாள். வாசல் கதவைத் திறந்தாள். முற்றத்தில் நின்று அந்த நாகுவை வெறித்தாள். செய்வதறியாது திகைத்தாள். பின்னாலேயே பெள்ளு ஓடிவந்துகொண்டிருந்தான். அவன் திப்பெயைப் பார்த்தவாறே அந்த நாகுவை நோக்கி விரைந்தான்.

'ஏய் பெள்ளு.... இனிமே இந்த நாகு இந்தப் பக்கோ வரமே பாத்துக்கோப்பா... உன்ன கெஞ்சிக் கேக்குறே..

ஏனோ தெரியலே, இதோட சத்தத்த கேட்டாலே அந்தக் கிவிடியோட** கண்ணுல பொத்துகிட்டு வருது..

ஓயாமே சொந்தபந்தமெல்லா வந்து அவ காதுகிட்டே கத்திப் பேசினாக்கூட சொரணெயில்லாத அவளுக்கு இந்த நாகு கத்துறது மட்டு கேக்குது... அது இங்கே வந்தாலே அவ கண்ணு கலங்க ஆரம்பிக்குது..

அப்படிதா, போனவாட்டி அவ அழுகையே நிக்குலேப்பா..

---

* பொறுப்பற்றவள்

** செவிடி

தொடச்சி... தொடச்சி.. தோலே உரிய ஆம்பிச்சிருச்சி...

தொடைக்காமே தொட்டு தொட்டு எடுத்தாலு நஞ்சேறிய தோலு பிஞ்சு பிஞ்சு வருதுப்பா..

கண்ணீரு கழுத்துலே எறங்கி கழுத்து மாரெல்லா சேத்துப்புண்ணு... திட்டு திட்டா.. திட்டு திட்டா... லேசா தொட்டாலே பிஞ்சி வருதுப்பா..

உனக்குப் புண்ணியமா போகு...

ரவி டாக்டர் வேறே என்னென்னவோ செஞ்சுப்பாத்தாச்சு...

ஏதேதோ கொடுத்துப் பாத்தாரு... ஒன்னுக்குமாகலே...

கடைசியிலே குளுகோஸ் வுட்டு உசுரு தப்பிச்சு...

கொஞ்சோ பெரிய மனசு பன்னுப்பா...'

'ஏய் திப்பெக்க... நா என்னமோ வேணுன்னு பன்னதாட்ட பேசுறே...

இத எங்கே வுட்டாலு இங்கேதா ஓடிவருது..

உனக்கே தெரியு, நம்ம வீட்டுப்பக்கத்து ஆடாலே* ஊர்லிருக்குற மாடெல்ல மேயுது... இதுக்கு மட்டும் எடெமில்லெயா என்னா...

என்ன விட்டக்கொறெயோ... தொட்டக்கொறெயோ...

ஏமாத்திட்டு இங்கே வந்துருது...

அது வேறக்கா... இத யாரு நெனச்சாலு ஒன்னு பன்னமுடியாது...

அந்தப் புண்ணியவதிதா எழுந்து வரனும்...'

கடந்தமுறை நிகழ்ந்த உரையாடல் அவர்களுக்கிடையில் சூனியமாய் நிகழ்ந்துகொண்டிருந்தது.

---

* மேய்ச்சல் நிலம்

4

அந்த நாகுவின் சப்தம் உள்ளே எட்டாதவாறு கதவை இறுக்கி சாத்திவிட்டு மிச்சியிடம் ஓடினாள் திப்பெ. மிச்சியின் கண்ணீர் நின்றபாடில்லை. அலமாரியைத் திறந்தாள். கடந்தமுறை மீந்திருந்த ஈரப்பசையுடன்கூடிய வைப்பர் தாள்களை எடுத்தாள். மிச்சியின் கண்ணீரை ஒத்தியெடுத்தாள். அடுத்தடுத்துப் பத்துக் காகிதங்கள் கசங்கின. இது நிற்காதென்று அவளுக்குத் தெரியும். போனை எடுத்து ரவி டாக்டருக்கு அழைத்தவாறே அவசர அவசரமாகப் பலநாட்களாகக் கவனத்திலேயே இல்லாத தொலைக்காட்சிப் பெட்டியைப் போட்டாள். முழுக்க ஒலியைக் கூட்டினாள். கடந்தமுறை, இப்படித்தான், அந்த நாகுவின் கனைப் பொலியினை மட்டுப்படுத்த முயன்று சற்று பலன்தந்தது.

அந்த நாகு அடங்கியப்பாடில்லை. மீண்டும் தொலைக்காட்சியின் ஒலியைக் கூட்டினாள். மிச்சியைக் கூர்ந்தாள். எப்பயனுமில்லை. தொலைப்பேசியைச் செவியோடு அழுத்திப்பிடித்தவாறே காத்திருந்தாள். டாக்டர் அழைப்பினைத் துண்டித்தார். அவர் இப்படி துண்டித்தாலே வந்துகொண்டிருக்கிறார் என்று அர்த்தம். அவசரத்தை உணர்த்த இரண்டாவது முறை அழைத்தாள். இரண்டாவது ரிங்கிலேயே "ஹிம்.. ஆ.." எனும் இரண்டு வர்த்தைகளோடு அந்த உரையாடல் முடிந்தது.

கடந்தமுறையைவிட அதிகமாகவே கண்ணீர் பெருக்கெடுத்து வழிந்தது. ஒருகண்ணைத் துடைத்துவிட்டு மறுகண்ணைத் துடைப்பதற்குள்ளாகவே சதை தொங்கி மார்போடு ஒட்டிய மிச்சியின் கழுத்திற்குள் கண்ணீர் ஊடியது. முடிந்தளவிற்குக் கண்ணீர் அவளின் கழுத்தில் இறங்காது தடுத்துக் கொண்டிருந்தாள் திப்பெ. இப்படித்தான், கடந்தமுறை உள்ளே இறங்கிய கண்ணீர் அரித்து அவளின் அடிக்கழுத்தின் சங்குக்குக்கீழே லேசாக அழுகியிருந்தது. கடந்தமுறை திப்பெ அப்பகுதியின் ஈரத்தைத் துணியில் ஒற்றியெடுக்க, அழுகிய சதையுடன் தோல் பிய்ந்து வந்ததை எண்ண அவளுக்குக் கூச்சியெறிந்தது. உடனே மிச்சியின்

தலையில் சுற்றியிருந்த மண்டெப்பட்டுத்* துணியினை அவிழ்த்து மிச்சியின் கழுத்தைச் சுற்றி சற்றுக் கனமாகப் போர்த்தினாள். கண்ணீர் கரையின்றி வழிந்துகொண்டே இருந்தது. தொடர்ந்து பெருகும் கண்ணீர்க் குளத்தில் மிச்சியின் வெளிறிய கருவிழி கிடந்தது.

திப்பெக்குப் பொறுக்கவில்லை. ரவி டாக்டரின் வாகனத்தை எதிர்நோக்கி ஜன்னல்வழியே அட்டோடை இறக்கத்தையே வெறித்திருந்தாள். இருபுறமும் அடர்ந்திருந்த ஹூலிபிக்கெ மரங்களின் அடர்த்தியைமீறி எதுவும் தெரியவில்லை. கூர்ந்து பார்த்தாள். எக்குறிப்புமில்லை. அவளின் அடிவயிறு கலங்கியது. மிச்சியின் கண்களையொட்டி மண்டெப்பட்டை அணைகட்டி வைத்திருந்தவள் மீண்டும் ஓடிச்சென்று வழிந்தோடும் கண்ணீரை ஒற்றி ஒற்றி எடுத்தாள்.

அந்த நாகுவின் ஒலி தொடர்ந்தது... மிச்சியின் கண்ணீரும் தொடர்ந்து கூடிப் பெருகியது. அந்த நாகுவின்மேல் திப்பெக்கு ஆத்திரமாய் வந்தது. செய்வதறியாது மீண்டும் அந்த ஜன்னல்வழியே அதை எட்டிப்பார்த்தாள். பெள்ளூ அதனை ஓட்டிச்செல்ல அதனிடம் பேராடிக்கொண்டிருந்தான். அது அவனுக்குக் கட்டுப்படவில்லை. அது கட்டுப்படாது. இது அவனுக்குத் தெரியும். இருந்தும் அவனது நியாயத்திற்கு மனதார முயன்றுகொண்டிருந்தான்.

அந்த நாகுவின் ஆக்ரோஷம் திப்பெயை ஆச்சர்யமூட்டியது. இது, இதுவரை அவள் காணதவொன்றும்கூட. இந்தச் சாது மிரண்டதன் நோக்கம் அவளுக்குப் புரியவில்லை. அவளின் பதற்றம் மேலும் கூடியது. மிச்சியின் மண்டெப்பட்டோடுச் சேர்த்து அவளின் மண்டெப்பட்டும் மிச்சியின் கண்ணீரில் தொப்பென நனைந்திருந்தன. மிச்சியின் தொண்டைக்குழியிலிருந்து அந்தக் குறட்டையையொத்த சப்தம் எழ ஆரம்பித்திருந்தது. அவளின் அந்த ஏங்கலொலி. நிலைமையின் தீவிரம் அவளுக்குப் புரிந்தது. கால்கள் பொறுக்கவில்லை. அருகில் மடக்கிவைத்திருந்த கனமான கம்பளியை எடுத்துச்சென்று அந்தச் ஜன்னலை இறுகமூடினாள். அந்த ஸ்கிரீன் கம்பி எடைபொறாது அதன் ஒருபக்கம் கழன்று விழுந்தது. “ச்சே..” அவள் சலித்தவாறே,

* தலையில் சுற்றும் உடை

அதை அக்கம்பளியுடனேயே அதன் விளிம்பு பிடிமான கம்பித்துளையில் சொருகி ஓரளவிற்குச் சமன் செய்தாள். அப்போதும் அந்த நாகுவின் கனைப்பொலிச் சன்னமாய் கேட்டது. அவளுக்குச் சட்டெடன ஒரு யோசனை தோன்றியது. மிச்சியின் உடலில் உண்டான படுக்கைப் புண்ணிற்கு மருந்திட வைத்திருந்த பஞ்சினை எடுத்துக் கனமாக உருட்டி மிச்சியின் இரண்டு காதுகளிலும் அடைத்தாள். எப்பயனுமில்லை.....

5

யாரோ சிலர் அந்த ஜன்னலைக் கடந்து வருகின்ற சப்தம். அது டாக்டரோ என்றெண்ணி ஓடிச்சென்ற கதவினைத் திறந்தாள். தமது இரு சகோதரிகளுடன் மல்லன் நின்றிருந்தான். ஒரு கதவைத் திறந்துவிட்டக் கையோடு அவள் மிச்சியிடம் திரும்பினாள். அந்த நாகுவின் கனைப்பொலி கூடியிருந்தது. மிச்சியின் கண்ணீரும்தான்.

“ஏய் எங்கே ஓடுறே

நீ மொதலெ எங்க வீட்டவுட்டு வெளியே போ..”

மல்லனின் மூத்த சகோதரி கத்தினாள். இன்னொரு கதவினைத் திறக்காமலேயே மூவரும் திபு திபுவென உள்ளே நுழைந்தனர். முக்கால் இருட்டறையில் மிச்சியின் கண்ணீரை ஒற்றியெடுத்துக் கொண்டிருந்தாள் திப்பெ.

“நீ வெளியே போ..

எங்கத்தைய பாத்துக்க எங்களுக்குத் தெரியு..

மான ரோஷ இருந்தா நீ மொதலெ வெளியே போ...

அப்படியே ஒண்டி இந்த வீட்ட எழுதிக்கலானு பாத்தியா.. ஆ... நீ செய்வே...

உன்னுடைய வீட்ட வுட்டுட்டு... புருஷ புள்ளெங்கள விட்டுட்டு உனக்கு இங்கென்ன வேலெ..

என்ன, என் தம்பிகிட்டே நியாய பேசுறயாமா?

ஏய், இங்கே பாரு...

மந்தாவுல எல்லாத்தையு பேசியாச்சு...

நீ இப்பவே கௌம்பு."

திறந்திருந்த கதவின் வழியே புகுந்த மழைக்காற்றில் ஜன்னலைப் போர்த்தியிருந்த கம்பளி மீண்டும் சரிந்து விழுந்தது. மிச்சியின் முகம் பளிச்சென தெரிந்தது. அஷ்தமன சூரியன் அந்த ஜன்னல் எதிர்க்க மிச்சியை நோக்கி நின்று சற்று மெதுவாக நகர்ந்தது.

அவர்களின் வசவுகள் அடங்கியிருந்தன. அம்மூவரும் ஒருவரையொருவர் பார்த்துக்கொண்டனர். திப்பெயின் கைகள் ஓயவில்லை. கடந்தமுறையின் தீவிரம் அவர்கள் அறிந்ததுதான். கடந்தமுறை அவர்கள் மிச்சியைக் கிட்டக்கூட அண்டவில்லை. அவள் செத்தப்பின் என்ன செய்வதென்றே யோசித்து ஆழ்ந்திருந்தனர். அந்த வீட்டினை நடுவில் அடைத்து மல்லனுக்கும் தனக்கும் பங்கிய கற்பனையில் பெரியவள் வாழவே துவங்கியிருந்தாள்.

மிச்சியின் கண்களை உற்றுநோக்கினான் மல்லன். பொளபொளவென ஓடிய கண்ணீரில், தான் போதையில் விழும்போதெல்லாம் தன்னைத் தேடியலைந்து தடுமாறி நடத்திவந்து வீட்டில் சேர்த்த, எடுத்த வாந்தியைக் கையில் ஏந்திய, வெறும் வயிற்றோடு விடாமல் தனது மாரில் சாய்த்து மோரூட்டிய மிச்சியின் நினைவுகள் வழிந்தன. நீண்டநாள் கழித்து அவனது மனதின் ஈரம் துளிர்த்திருந்தது. இந்த வீட்டிற்காகக் காலையில் மந்த மணியை அடித்த சப்தம் அவனது காதுகளில் விடாமல் இறைந்தது. அவன் தந்தையையும் தம்மையும் வளர்க்க திருமணமே செய்துகொள்ளாத அவளின் பால்முகம் நிறை நிலவென அலைந்து வழிந்தது.

"ஏய் திப்பெக்கா உன்னதா"

மூத்தவள் மீண்டும் வாயெடுத்தாள். அடுத்த வாரமே, கேருபென்னு ஊரிற்குக் கட்டிக்கொடுத்திருந்த தன் மூத்த மகளை இவ்வீட்டில் குடிவைப்பேனென்று அவளுக்குக் கொடுத்த உறுதி அவளை உக்கிரமாய் பீடித்திருந்தது.

"ஏய் உன்னதா.. நீ வெளியே போ... ஒருவாட்டி சொன்னா உனக்குப் புரியாதா..."

அவளின் வார்த்தைகள் வலுத்தன. அவளை முறைத்தான் மல்லன். அவள் அடங்கினாள். மிச்சியை நெருக்கினானவன்.

“திப்பெக்கா.. ரவி டாக்டருக்குச் சொல்லிட்டியா… அந்த ஜன்னலெ…”

ஓடிச்சென்று கீழே சரிந்திருந்த கம்பளியை எடுத்து ஜன்னலை இறுக மூடினான். அந்த நாகுவின் சப்தம் மேலும் வலுத்திருந்தது. கோபத்தோடு வெளியே ஓடினான். முட்டி முனங்கியவாறு பெள்ளூ ஓட்டிச்சென்றுகொண்டிருந்த நாகு அந்த வீட்டிற்கு மேலே உள்ள அட்டோடை சாலையில் நகராமல் நின்றுகொண்டு ஓயாமல் கனைத்தது. அவன் கண்ணெதிர்க்கவே, பெள்ளூவின் கால் கவட்டை வழியே நுழைத்து அவ்வீட்டையொட்டியிருந்த அவரைத் தோட்டத்தில் புகுந்தது. ஆளுயர சீகெமரக் கொழுக்கம்பில் படர்ந்திருந்த அவரைக்கொடிகள் மண்டிய அந்தத் தோட்டத்தின் நடுப்பகுதிக்குக் கனைத்துக்கொண்டே ஓடியது. நடுவில் நின்றுகொண்டு ஓயாமல் கனைத்தது. அவர்களுக்கு உள்ளே செல்ல வழியல்லை. சென்றால், பின்னிப் படர்ந்த அவரைக் கொடிகளை உடைத்துச் செல்ல வேண்டும். பூக்கள் முற்றிய அவரையின் விரிந்த மலர்கள் பெருமளவில் உதிரும். மிச்சிபோட்ட எம்மெ அவரை இது. அதோடு, இக்காய்ப்பு இந்த அவரையின் கடைசி போகம்வேறு. பெள்ளூ தலையைச் சொரிந்துகொண்டு நின்றான். அவன் மனது தெளிந்திருந்தது. இது அவன் ஊகித்ததுதான்.

அவரைத்தோட்டத்துள் நுழையாமல் அதன் விளிம்பில் நின்றுகொண்டு அந்த நாகுவை நோக்கி “ஏய்.. ஏய்..” என்று மல்லனும் ஓயாமல் சத்தமிட்டு ஓய்ந்தான். எதுவும் வழியின்றி ஓடிச்சென்று மிச்சியைப் பார்த்தான் மல்லன். கட்டுக்கடங்காமல் கண்ணீர் வழிந்தது. அவளது விழியில் கொப்பளித்த ஒவ்வொரு துளிக் கண்ணீரிலும் அந்த நாகுவின் கனைப்பொலி. அவளின் தியாகம்.

பெள்ளூ அங்கிருந்த எல்லைக்கல்லில் கன்னத்தில் கைவைத்தபடி அமர்ந்துகொண்டான். அந்த நாகுவின் கனைப்பொலி அவனுக்குப் புரிந்திருந்தது. கடந்த கார்மழையில் வெள்ளம் வந்த கீய்ஹள்ளா தொரையில்* மேய்ந்துகொண்டிருந்த இந்த நாகுவைத் தேடியலைந்தபோது அவன்கேட்ட அதன்

---

* ஆற்றங்கரை

அதே கனைப்பொலி... அதை மிச்சி தன்மார்போடு இறுகப்பற்றி கரையொதுங்கிருந்தபோது அவளைநோக்கி கத்திக்கொண்டிருந்த அதே கனைப்பொலி... சேற்றில் முகம்புதைத்து மூர்ச்சையுற்ற மிச்சியைத் தூக்கிக்கொண்டு ஓடியபோது, அவள் காட்சிக்கு மறைந்தபின்பும் ஓயாது கனைத்துக்கொண்டிருந்த அதனின் அதே கனைப்பொலி... தன்னைக் காத்ததற்கான நன்றியின் கனைப்பொலி... அவள் அதனைக் காக்கும்போதோ, காப்பதற்கு முன்போ என்ன செய்தாளோ? தெரியவில்லை. அன்றுமுதல் அவளைத் தேடி தேடி, இவ்விடம் வந்து அவளை அழைக்கும் கனைப்பொலி.... அந்த அவரைத் தோட்டத்தின் முற்றிய சிவப்பு மலர்கள் ஊருபெட்டு மலையிலிருந்து இறங்கிய சில்லிட்ட மழைக்காற்றில் அசைந்தன. அந்த நாகுவின் கனைப்பிற்கு அது அசைவதுபோலிருந்தது. பெள்ளு லோசாக சிரித்தான்.

ஒருமுறை இதே இந்த அவரைத் தோட்டத்தில் இப்படி முதிர்ந்த அவரைப் பூக்களை இந்த நாகு மேய்ந்தபோது அதைத் துரத்தி தொல்லை செய்யாமல், அது உண்ணும்வரை காத்திருந்து அது குடிக்க நீர் வைத்தாளே... கோபம் துளியுமின்றி தன்னைப்பார்த்து 'பறவைகள் உண்டு உழவன் ஏழையாகிப் போவானோ,' என்று மென்னகைப் பூத்தாளே. அந்த அன்புதான் இது... இக்கனைப்பொலி.... என்ற தன் தீர்மானத்தை மீண்டுமொருமுறை உசுப்பி அடக்கினான் பெள்ளு.

இதுவரை அந்தக் கீழ்ஹள்ளா தொரையில் எழுந்த ஓயில்* அங்கு மேய்ந்திருந்த எந்தக் கால்நடைகளும் தப்பித்ததில்லை. அதிலும், ஹெம்மாட்டி** மழையில் வாய்ப்பேயில்லை. நிச்சயம் இதை அவள்தான் தப்பிக்க வைத்திருப்பாள். அந்த நாகுவைத் தன் கையில் ஒதுக்கிக் கட்டிக்கொண்டே சேற்றில் முகம்புதைத்திருந்த மிச்சியை எண்ண எண்ண அந்த மனுஷியின் பேரன்பு அவனுக்குப் புரிந்து வழிந்தது.

---

* மழைவெள்ளம்
** டிசம்பர் மாதம்

இந்தக் கனைப்பொலி இல்லாமல் இருந்திருந்தாலும் மிச்சி அன்றோடு இல்லாமல் போயிருப்பாள். ஆன்மாவொலி பெருகிக்கொண்டிருந்தது. தன் கண்களை இடுக்கிக்கொண்டு அந்த நாகுவையே வெறித்தான் பெள்ளு. யாருக்கும் புரியாத கனைப்பொலி. எவருக்கும் புரியவைக்கமுடியாத கனைப்பொலி தொடர்ந்து பெருகியது. இந்த அதிசயத்தை, அன்பை யாரும் நம்பப்போவதில்லை; இதுவரை நம்பியதில்லை. வேகமாக மேடில் ஏறிவந்த ரவி டாக்டரின் காரினைக் கண்டதும் எழுந்து நின்று ஒதுங்கினான் பெள்ளு. கதவைத் திறந்துவிட்டான். டாக்டர் அவசர அவசரமாக இறங்கினார்.

"ஔவெ* மிச்சி... அய்யோ... அய்யோ..."
வீட்டிலிருந்து திப்பெயின் ஓலம்.

இதுவரை எத்தனைமுறையென்று தெரியவில்லை. இந்த அவரைத் தோட்டத்தையல்ல, மிச்சியை, அவளின் பேரன்பை நாடிவந்த இந்த நாகு, அந்த அவரைத் தோட்டத்தை மேயும்போதெல்லாம் அதட்டாமல், அதுபோலவே விட்டுவிட்ட மிச்சியை நோக்கி அன்று ஓர் மழை மாலையில்

'ஏய் மிச்சிக்கா.. ஆமா.. இந்த ஊருலே நடக்காத அதிசயோ...

இதே வேறே தோட்டத்துலே நடந்திருந்த அவ்வளவுதா...

எம் பாட்ட, பூட்ட எல்லாத்தையு நாக்கப் புடுங்கிக்கிற மாதிரி கேட்டிருப்பானுங்க..

நீ... இருக்கேயே சுத்த பொட்டியாட்டோ... நீ இப்படி பழக்கிட்டேனா அவ்ளோதா....'
என்று தன் இடதுகையில் செய்யாது பீடியைப் பிடித்துக்கொண்டு நமட்டுச் சிரிப்புடன், தன் தலையை அடித்துக்கொண்ட நினைவின் அடர்த்தி அய்யோ அய்யோவென அகைத்தது.

பெள்ளு புகைத்துக்கொண்டிருந்த பீடி விளிம்பேறி அவனது விரல்களைச் சுட்டது. கைகளை உதறினான். தரையில் விழுந்த பீடியின் முனையைப்பற்றி எடுத்துக் கல்லில் தேய்த்து அணைத்தான். அணைக்க வழியில்லாத அந்த நாகுவின் கனைப்பொலியோ ஓயாமல் புகைந்தது.

---

* தாயே

கள்ள ஹனி

1

இன்றைய நாளின் வேலைகள் கெப்பிக்குச் சீக்கிரமாக முடிந்ததுபோல இருந்தது. கிட்டத்தட்ட நூறு ஆண்டுகளை எட்டப்போகும் அந்தப் பெந்நேரி* மரக்கட்டிலில் என்றும்போல, உறங்குவதற்குமுன்பு கால்நீட்டி அமர்ந்தாள். என்றையும்போலவே அதுவும் முன்னும் பின்னுமாக இரண்டுமுறை அசைந்து நின்றது. அவள் உடலின் அசதி 'ச்சே' எனும் வார்த்தையோடு விரிந்தது. தலைமாட்டில் துழாவினாள். தேங்காய் எண்ணெய் டப்பாவைக் காணவில்லை. 'ச்சே' எனும் ஒலி மேலும் விரிந்தது. கண்களை இறுகமூடினாள். தலையை அழுத்திச் சொரிந்தாள். தன் இரு கைகளையும் முட்டியில் பொத்தி கணுகால்வரை சற்று அழுத்தமாக நீவினாள். அவள் சலித்து யோசிப்பதற்கு முன்னமே, "எண்ணெ டப்பா அடுப்புக்கு மேலிருக்கு" என்றான் பெண்டன்.

'எத்தனவாட்டி சொல்றது..

எடுத்த பொருள எடுத்த எடத்துலெ வைக்கச்சொல்லி..

நிம்மதியா வாழதா முடியலேனா... ச்சே தூங்கக்கூட முடியலே...'

என்று அவளுக்குக் கத்தவேண்டும் போலிருந்தது. அவளின் நா துடித்தது. அவனோடு இப்படிக் கத்தி பலநாட்களாகி யிருந்தன.

---

* ஒருவகை நாவல் மரம்

கத்தினால் மட்டும்? ஒன்றுமாகப்போவதில்லை. நாற்பது வருட வாழ்க்கையில், தாம்பத்தியத்தில் ஒன்றும் ஆகவில்லை. என்ன கேட்டாலும், எப்படிக் கேட்டாலும் பதில் வரப்போவதில்லை. இதை நினைக்க நினைக்க அவளின் மண்டை வலித்தது. கொஞ்ச நாட்களாகவே அவளின் பின்னங்கழுத்தையொட்டிய பின்மண்டையின் விளிம்பு சுருக் சுருக்கென்று வலித்துக்கொண்டிருந்தது. அது வெறும் ஜன்னிதானென்று கற்பிதம் கொண்டிருந்தாள். இப்போதெல்லாம் இவ்வலி நடுமண்டைக்கேறியிருந்தது. பன் பன்னென்று வலிக்கும் அதை ஜன்னியென்று அவளால் ஒப்புக்கொள்ள இயலவில்லை. இப்படித்தான் நடுமண்டை வலிக்கிறதென்று சொன்ன மேல்கேரி* போசிக்கு மூளைக்குள் இரத்தம் கசிந்து நினைவுத்தவறி, வலப்புறம் இழுத்து மாதமாகியிருந்தது. இந்த மண்டை வலியை ஓர ஓர அவள் இப்போதெல்லாம் தன் மூளையிலிருந்து இரத்தம் கசியும் கற்பனையை எட்டிவிடுகிறாள். இந்த ஆடும் கட்டிலில், நினைவின்றி கிடக்கும் அவளைக் கற்பனையில் நினைத்துப்பார்த்து, மனம்பதறி, சில சொட்டுக் கண்ணீரின்றி அந்நிலையிலிருந்து அவள் மீள்வதில்லை. அதைவிட, இந்த வலிக்குப்பின் பிடித்துக்கொள்ளும் நெற்றியை நினைத்தால்தான் அப்பப்பா.. திறவாமல் கண்கள் மூடிக்கொள்ளும்.

லேசான அழுத்தம் தலைக்கேறும்போதெல்லாம் இந்தத் தலைவலி வந்துவிடுமோ எனும் பயம் அவளுக்கு. அந்தப் பயப் பிரதிஷ்டை தொடங்கிவிட்டால்போதும், அவளின் கற்பனையே அத்தலைவலியைத் தருவிக்காமல் போகாது. இதுசார்ந்த தன் கற்பனையே இந்தத் தலைவலிக்குக் காரணமென்று அவள் எண்ணி, அதைக் கட்டுப்படுத்த எவ்வளவோ முயன்றும் முடியாமல் போவதுண்டு.

தனது ஊரான ஓரசோலையின் மருத்துவச்சி ஜெவன குப்பியின் ஆலோசனைகளையும் கேட்டாகிவிட்டது. அருளாடி கக்கி ஐயாவின் ஆலோசனையையும் செய்தாகிவிட்டது. ஒன்றும் பயனில்லை. கக்கி ஐயா சென்னதைப்போல தம் மூதாதையர்களின் இல்லத்திற்குச் சொந்தமான புனித எருமைகள் அரிப்புக்கு உராயும்

* மேல் தெரு

கல்லில் தன் தலையை மும்முறை தேய்த்துவந்தபிறகு கொஞ்சகாலம் இத்தலைவலி இல்லாமலிருந்தது. ஆனால், கடந்த கடைபோகம்* தொடங்குவதற்கு முன்பு வந்துபோகும் எதிர்பாராத பனிப்பொழிவான இந்தக் கள்ள ஹனியின்** போது அவளுக்கு இந்த வலி மீண்டும் வந்திருந்தது. இதற்கு முழு காரணமான தன் கணவனை எண்ண எழும் அவளின் பெருமூச்சு அவளுக்கு உப்பசமாய் நீளும்.

‘அக்கா இது பி.பி தா. இனி மாத்திரெதா எடுக்கனும். வேறே வழியில்லே’ என்று அரவேனு ஆல்தொரை டாக்டர் சொன்னது அவளுக்கு அடிக்கடி நினைவாய் மின்னித் திரும்பும். அவர் அளித்திருந்த மாத்திரை அட்டையில் ஒன்றைக்கூட பிரிக்காமல் வைத்திருந்தாள். ‘ராத்திரி தூங்குறதுக்கு முன்னாடி இத போட மறக்கக்கூடாது’ என்று டாக்டர் சொன்னது அந்தத் தலைவலி வரும்போதெல்லாம் அவளின் நினைவில் வராமலில்லை. ஆனால், அப்போதெல்லாம் அவ்வட்டையைக் கையில் எடுப்பவள் நீண்ட யோசனைக்குப்பிறகு மீண்டும் பத்திரப்படுத்திவிட்டுத் தலையில் இறுக்கமாகத் துணியொன்றினைக் கட்டிக்கொண்டு படுத்துக்கொள்வாள். மாத்திரை பழகிபோய்விடுமோ எனும் பயம் அவளுக்கு. எதுவும் பழகிபோவதும் பழக்குவதும் பெரும் பிரச்சினை என்பது அவளின் அனுபவம். வேறுவழி யில்லை எனும் நிலைவரும்வரை அவள் அதற்குப் பழகாமல் நிலைத்திருந்தாள்.

2

தேங்காய் எண்ணையைக் கொண்டுவர நினைத்தாள் கெப்பி. பகலெல்லாம் கவ்வாத்துச்*** செய்யாத மேலட்டி மலைத்தோட்டத்தின் இறக்கத்தில் நின்று தேயிலைப்பறித்த வலி முழங்கைகளையும், கால்களையும் குடைந்து கொண்டிருந்தது. அந்தத் தோட்டத்தை எண்ண எண்ண அவளுக்குப் பெண்டன்மேல் எல்லையில்லாத கோபம் மூண்டது. லோசக

---

* இறுதி போகம்

** திருட்டுத்தானமாக திடீரென்று விழும் பனிப்பொழிவு

*** கிளைகளை வெட்டாத

ஆரம்பித்திருந்த அத்தலைவலி கூடிவிடுமோ எனும் பயம் தொற்றியது. நிம்மதியாக இருப்பதே தூங்கும் இந்தக் கொஞ்ச நேரம்தான். அதையும் அவள் கெடுக்க விரும்பவில்லை. முதிர்ந்த அஸ்ஸாம் தேயிலைச் செடியில் உராய்ந்த கால்களுக்குத் தேங்காய் எண்ணெய் சற்று இதமாய் இருக்கும். இறங்கி எடுக்கத் துணிந்தாள். இறங்கும்போதும் மீண்டும் ஏறும்போதும் ஆடி அசையும் இந்தக் கட்டிலை எண்ணவேறு கோபம் கொப்பளித்தது.

'எப்பதா இதுக்கொரு விடிவுகாலோ பொறக்குமோ.

அந்த ஆசாரிய கூப்புட சொல்லி வருசமாச்சு..

ஒத்தெ ஆணியடிக்க முடியலே...'

அவளின் புலம்பல் தொடர்ந்தது. இது, அவளின் கோபத்தின், விரக்தியின் விளம்பல். அவளின் அழுத்தத்திற்கான ஒரே ஆறுதல்.

பெண்டனுக்கு நன்கு தெரியும். இந்தப் புலம்பல் நிற்கப்போவதில்லை. தன் தலைவரைப் போர்த்தியிருந்த போர்வையை மேலும் இறுக்கினான். அவன் எதிர்பார்த்ததைப்போலவே சமையலறையின் பழமையூறிய மின்விளக்குப் பொத்தானை அவள் அழுத்தும்போது,

"இது வேறே... இதையாச்சி ஆணியடிச்சி சரிபன்னலாமில்லே.. ச்சே"

என்று, எரிச்சலுக்கும் புலம்பலுக்கும் இடைப்பட்ட தொனியோடு எண்ணையை எடுத்துக்கொண்டு மீண்டும் கட்டிலில் அமர்ந்தாள். அவளின் மூளைமுழுக்க சிந்தனை ஈயின் ரீங்காரம். விடிந்ததும் வரப்போகும் பெரிய மீசைவைத்த அந்தக் கந்துகாரனின் நினைவே அந்த ரீங்காரத்தின் உச்சாணியில் அமர்ந்திருந்தது. இடக்கரத்தை ஆட்டி ஆட்டிப் பேசும் அவனின் இடக்கையின் நடுவிரல் மோதிரம் நினைவிலும் மங்கலாய் அலைந்தது. தேங்காய் எண்ணையைப் பார்க்காமலேயே வலக்கரத்தை உள்ளே விட்டாள். அது நன்கு கட்டியிருந்தது. 'அவ்வே' என்றாள். சற்றுக் கடினப்பட்டுக் கீறி எடுத்ததில் நகவிடுக்கில் படிந்திருந்த எண்ணையை உள்ளங்கையில் சேர்த்துத் தேய்த்தாள். ரவை ரவையாய் திரண்டது.

“ச்சே.. கலப்படோ எல்லாத்துலெயு கலப்படோ”

அவளின் அழுத்தம் சில துளிகள் கூடியது. விரலிடுக்கில் பிசுபிசுப்போடு ரவை ரவையாய் பரவியிருந்த எண்ணையைச் சலிப்புடன் பார்த்தாள். தேயிலைப் பறித்து பறித்துக் கருத்திருந்த அவளது விரல்கள் அவ் எண்ணைப்பட்டு லேசாகப் பளபளத்தது. அதிலும், அந்த ஆள்காட்டி விரலோ பாவமாய்... மிகவும் பரிதாபமாய்... என்றையும்போல அது தன் கேள்வியைத் தொடங்கியது.

‘இன்னு எத்தன காலத்துக்கு இந்தப் பொளப்பு...

மண்ணத் தொட்டு ஒரு வருஷமாச்சு... ஆ.. ஒருவருஷமாச்சு’

அப்பப்பா... இரண்டு கேள்விகள்தான்.. இரண்டே கேள்விதான்... அடுத்த கேள்விக்கு அவள் தயாராக இல்லை. மழைநீர் இறங்கி பாசம் படிந்திருந்த சுவற்றினை வெறித்தாள். “காங்கி அப்பவே சொன்னா. நாந்தா நம்பலே.. வர வர செட்டியோட எண்ணெ சரியில்லேனு... அடுத்தவாட்டி அவகூட வாங்கக்கூடாது..” என்று சத்தமாக அந்தச் சுவற்றோடு பேசினாள். ஒரு வருடமாய் சுவராகிப்போன உறவின் உரையாடலை அந்தச் சுவர்தான் தக்கவைத்திருந்தது. “ஏய் அப்படியில்லெ... கள்ள ஹனி விழுந்திருக்கு. இது இப்போ இப்படித்தா இருக்கு... அதிலேயு அது முத்துன தேங்கா...” வழக்கம்போல முகத்தைப் போர்த்தியிருந்த போர்வைக்கே பதில்சொன்னான் பெண்டன். கள்ள ஹனி குறித்து இன்னும் சொல்ல அவனிடம் நிறைய இருந்தன. ஆனால், அவளிடமிருந்து ஒற்றை வார்த்தைகூட வராதென்று அவனுக்குத் தெரியும். அவள் படுத்துக்கொண்டதை அந்தக் கட்டிலின் ஒலி லேசாகச் சொன்னது. அவளின் நினைவைக் கள்ள ஹனியானது முழுதும் ஆட்கொண்டிருந்தது.

‘ஏய் கெப்பி.. கெப்பி... இன்னொரு போர்வே போர்த்துடி..

கள்ள ஹனி விழுகும்போல.

கள்ள ஹனி விழுந்து கடைபோக பொறக்கு.. கடைமழைப் பெய்யுமாம..

சீக்கிரோ போர்த்துடி.. ஏய் முதுக்கி'

என்று, தன் பாட்டி கெட்டியின் வார்த்தைகளின் நினைவுகள் முன்சுவற்றின் புலராத ஈரத்தில் மேலுமொரு கீற்றைக் கோர்த்தது.

'ஏய் மண்டே.... என்னலே முடியாது போ... நீயே வந்து எடுத்துக்கோ... நடுங்குது ஐயோ.. கள்ள ஹனி.. மேசமான கள்ள ஹனி... குளிருதப்பா... என்னலே எந்திரிக்க முடியாது... நீயே வந்து எடுத்துக்கோ..'

என்று பதில்கூறிகொண்டே, உடல் நடுங்க, தூக்கக் கலக்கத்தில் ஒற்றைக் கண்ணை மூடிக்கொண்டே வந்து போர்வையைப் போர்த்திவிட்டுச் சட்டென பாட்டியின் போர்வைக்குள் புகுந்து, அவளைக் கட்டி அணைத்து நடுக்கத்தைப் போக்கிய நினைவு அவளைப் பீடித்திருந்தது. கெட்டியின் தலையிலிருந்து எழும், எண்ணெ மானாவில்* காய்ச்சிய அவண்டெ** எண்ணெயின் வாசம் அவளின் நாசிக்குள் நகைத்துக் கொண்டிருந்தது.

'ஏய் கெப்பு... கள்ள ஹனிய ஏ திட்டுறே..

அது என்ன செஞ்சுச்சு.

அதோட வேலெய அது பாக்குது...

கடெ போகத்துக்கான அவரெ வெதெய... பூண்டு வெதெய தயாரா வச்சுக்கோனு அது சூதானோ செய்யுது...

கோடெ வெயிலுலே காஞ்ச மண்ணுக்கு அப்படியே நீருபட்டா எருமையோட கெட்ட நரம்புலே அட்டெ புகுந்த மாதிரிதா... மண்ணுக்கு ஆகாது.. நமக்கு ஆகாது... ரெண்டுக்கு சீக்காயிடு...

அதுக்காகத்தா, கொஞ்சோ நெலத்த நனெக்க அது விழுகுது...

அதுக்கு நன்றி சொல்லுனு..

---

* ஒருவகை அளவை

** ஆமணக்கு

நீ என்னடான அத திட்டுறே...

எங்க அம்மா இருந்திருக்குனு.. உன்ன ஓங்கி அறெஞ்சிருப்பா'

என்று, தன் மார்மீது படுக்கவைத்துக் கெட்டி கற்பித்த கள்ள ஹனியின் பாடங்கள் அவளுக்குக் காட்சியாய் விரிந்தன.

3

மெதுவாகக் கள்ள ஹனி கெப்பியை ஆட்கொணர தொடங்கியிருந்தது. அவள் தன் போர்வையின் இறுக்கத்தை ஆராய்ந்தாள். லேசாக எங்கிருந்தோ உள்ளே கள்ள ஹனி ஏறிய காற்று நுழைந்துகொண்டிருந்தது. போர்வையின் இறுக்கத்தைக் கூட்டினாள். பயனில்லை. அது நுழைந்து கொண்டிருந்தது. அவள் எதையும் ஆழமாக நினைத்துவிட்டால் அப்படித்தான். அவளால் விடமுடியாது; அதுவும் விடாது. கள்ள ஹனி லேசாக நாசியிலேறுவதாக அவள் உணர்ந்தாள். முன்மூக்கைப் புடைத்தாள். மாரோடு சேர்த்துக் கட்டியிருந்த கைகளை விலக்கினாள். அனிச்சையாகவே ஆட்காட்டிவிரல் மூக்கின் துளையைக் குடைந்தது. தேயிலையின் நாற்றம். இரு துளைகளையும் மாற்றி மாற்றிக் குடைந்தாள். குடைவதைக் கட்டுப்படுத்த நினைத்தாள். முடியவில்லை. அடுத்து நடப்பது அவளுக்குத் தெரியும். தலைமாட்டில் எடுப்பதற்கு ஏதுவாய் வைத்திருந்த தன் மண்டைப் பட்டை* சரிபார்த்தாள். அவளுக்குள் ஒரு திருப்தி. மூக்கின் நமைச்சல் தொடர்ந்தது. உள்ளங்கையால் மூக்கைச் சற்று அழுத்தமாகத் தேய்த்தாள். சக்கு சக்கு எனும் ஒருவிதமான சப்தம். கையை விலக்குவதற்குள் ஒரு பெரும் தும்மல். அடக்க முயன்றாள். அடுத்தடுத்து இரண்டு, மூன்று, நான்கு என தொடர்ந்தது. ஓராண்டுவரை தன் கணவனோடு உரையாடல் தவிர்த்து உணர்வை வென்றுகொண்டிருப்பவளாள் இந்தத் தும்மல் உணர்வை மட்டும் ஒன்றும் செய்யமுடியவில்லை. கள்ள ஹனியைப்போல அதை ஒன்றும் செய்யவும் முடியாது.

கள்ள ஹனி கனன்று கொண்டிருந்தது. தன் மண்டெப் பட்டை எடுத்து மூக்குத் துளைகளை அழுத்தினாள். இரண்டு

---

* தலையில் சூடும் மரபு உடை

மூன்று தும்மல்களுக்குப் பிறகு அது சற்று மட்டுப்பட்டது. மூச்சுக்காற்றில் வெம்மையேறிக் கொண்டிருந்தது. கெட்டியின் நினைவு அடர்ந்தது. தும்ம தும்ம தன் தலையைக் கோதிவிடும் அவளின் கைகள் தேவையாயிருந்தன. அதோடு, அவளுக்கு மேலுமொரு போர்வையும் தேவையாயிருந்தது. அது அவளுக்கா, இல்லை அவளிடம் அக்கணம் நிறைந்திருந்த கெட்டியின் நினைவுக்கா என்று தெரியவில்லை. மேலும், தும்மல் தொடர்ந்தது. ஒருமுறை, இருமுறை தும்மலை அடக்கிப் பார்த்தாள். மண்டெப் பட்டுத் துணியால் வாயையும், மூக்கையும் இறுக்கமாக மூடினாள். அடக்கிய தும்மல் உள்ளமுங்கி வாயிடுக்கில் வெளியேறியது. பல்லைக் கடித்தாள். இறுகமூடிய கண்ணிடுக்கின்வழி மின்னல்வெட்டும் உணர்வு. அடுத்தடுத்து தோன்றிய தும்மல்களுக்கு இடையே முன்னறையின் தவசப்பெட்டியின்* மேலிருக்கும் அந்தக் கருப்புப் போர்வையின் நினைவும் மின்னியது. வேறுவழியில்லை. அந்தப் போர்வை தேவை. அதுவின்றி இது அடங்காது. ஆனால், போர்த்தியுள்ள இந்தப் போர்வையை விலக்கினால் நடப்பதை அவள் நன்கு அறிவாள். எண்ணிலடங்காத தும்மல்கள் அவளைத் துளைத்தெடுத்துத் தலைப்பிடித்துவிட்டால் அவ்வளவுதான். அந்தவலி... அப்பப்பா... யாராவது அந்தப் போர்வையை எடுத்துவந்து போர்த்திவிட்டால் சரிதானெனும் எதிர்பார்ப்பும் விரக்தியும் அவளுக்கு நிரம்பி வழிந்தன. கள்ள ஹனிச் சில்லிடும் இந்தவேளையில் போர்வையை எடுத்துவந்து போர்த்துவதும் அவ்வளவு எளிதல்ல. கெட்டிக்குப் போர்த்திய பால்யநினைவுகள் நிமிண்டின. மூர்க்கமான மூக்கின் அரிப்பு உதடுவழி 'ஏய் கெட்டி, எல்லா உன்னாலே... கள்ள ஹனிய திட்டக்கூட முடியலே...' எனும் லேசான பிதற்றலாய் பிரிந்தது. அடுத்த தும்மல் எழுந்தது. வேறு வழியில்லை. போர்வையை எடுத்துவர போர்வையை விலக்கினாள். விளக்கு எரிந்துகொண்டிருந்தது. அந்தப் போர்வையோடு நின்றிருந்தான் பெண்டன். அவள் கழுத்துவரை போர்த்தினான். விளக்கணைத்துவிட்டு உள்ளே சென்று படுத்துக் கொண்டான். கெப்பியின் கண்களில் ஒருகொத்துக் கள்ள ஹனி திரண்டிருந்தது. மௌனம் நீடியது. அவளின் தும்மல் நின்றிருந்தது.

---

* தானியப் பெட்டி

4

கடந்தாண்டின் இதே கள்ள ஹனி. அவர்களின் நீர்பூமியான கடிமிட்டியில் சாண எருவைப் பரப்பச் சென்ற கெப்பி சற்றுத் தாமதமாகவே வீட்டிற்கு வந்தாள். கடெபோகத்திற்கான விதைகளைப் பக்குவப்படுத்த புகையிடும் நிகழ்வை நிகழ்த்தும் நாளையன்று நடப்பதுக்குறித்து பெண்டனுக்கு நன்கு தெரியும். நிச்சயம் அதை அவள் ஏற்றுக்கொள்ள மாட்டாள். ‘ச்சே... எவ்வளவு பெரிய முட்டாள்தனம். தெரிஞ்சா அவ்வளவுதா... என்ன செய்வாளோ..’ அவனின் உள்ளம் பதைத்தது. என்றும், நிலத்திலிருந்து திரும்பியதும் வாசலில் நின்றுகொண்டு கால்கழுவ தண்ணீர் கேட்கும் கெப்பி அன்று அவ்வாறு இல்லை. அவனுக்குப் புரிந்தது. அவளிடம்பேச நினைத்தவன் பேச முற்படவில்லை. அவள் தன் வேலையைத் தொடர்ந்தாள். கள்ள ஹனிக் காற்று வீட்டிற்குள்ளே இறங்கிக் கொண்டிருந்தது. வாசலுக்குச் சென்றான். களைக்கொத்துச் சுவற்றோரத்தில் காயவைக்கப்பட்டிருந்தது. என்றும் களிமண்ணிட்டுத் தேய்த்துச் சுத்தமாகக் கழுவப்பட்டிருக்கும் அந்த இரட்டைக் கொம்பு களைக்கொத்து இன்று அப்படியில்லை. அடிமுனையில் படர்ந்திருந்த அந்த நீர்பூமியின் கருமண் அப்படியே கிடந்தது. பெண்டனுக்குக் கெப்பியின் அகநிலை புரிந்தது. அவளுக்கு நிச்சயமாக அது தெரிந்திருக்கும். அவளை எப்படி சமாதானம் செய்வது. அப்பப்பா.. அது முடியாத காரியம். சில நிமிடங்கள் உரக்கக் கத்திவிட்டே சொல்வதைக் கேட்கும் இயல்புடைய அவளின் சினத்தின் தொடக்க நிமிடங்களைச் சமாளிப்பது கடினமானது. சில நேரங்களில் தலைமுடியைப் பிய்த்துக்கொண்டும், கையால் தலையை அடித்துக் கொண்டும் அப்பப்பா.. அமைதியாக இருப்பதே நல்லது. அதிலும், இந்தமுறை செய்தது கடந்தமுறையினும் பெரிது. என்னவாகப் போகின்றதோ. அவனின் அடிமனது லோசாகப் பதறியது.

“உலெயிலே வெந்நீர் இருக்குப்பாரு”

என்று அவளின் நிலையறியும் சோதனைக்காக அவன் உதிர்த்த சொற்களை அவள் சற்றும் சட்டை செய்யவில்லை.

அவன் மெதுவாக அடுப்படிக்குச் சென்றான். உலையில் தகிக்கும் நெருப்பின் அனல் அவள் முகத்தில் அப்பியிருந்தது. கடைபோகத்திற்குரிய விதைகளைப் பக்குவப்படுத்துவதற்காகப் புகையிட கொண்டுவரப்பட்ட நேரிமரத்தின் விறகுகள் உலையின்மேல் உலர்த்தப்பட்ட இடத்தில் அப்படியே கிடந்தன. அவன் உறுதிபடுத்தினான். அவளுக்கு எல்லாம் தெரிந்துவிட்டதென்று மெதுவாக அங்கிருந்து நகர்ந்துவிட எத்தனித்தபோது,

“உனக்கெல்லா புத்தியே வராதா.. நீ எல்லா என்ன மனுஷா... குடிச்சி குடிச்சி மொதலெ தொலச்சவனுக்கு நீ செஞ்சதெல்லா பத்தாதா.. அவனுக்கு ஜாமீனா நீ வாங்கிக்கொடுத்த கந்துவட்டியே இன்னு முடியலே... அத நா உசுர அண்ணாக் கயிறாக்கி கட்டிகிட்டிருக்கே... உனக்கெல்லா மனசாட்சியே இல்லையா... இந்தவாட்டி போயு போயு வெதெய கொடுத்திருக்கெயே.. எத்தனெ உசுரு... அந்தக் குடிகாரனுக்காக... ஒத்தெ வெதெயு விடாம தொலச்சிருக்கே... ஏமாளி.. ஏமாளி... இந்தப் போகத்துக்கு என்னத்த திங்கபோரே”

நின்று எரிகின்ற நெருப்பினை வெறித்து அதனினும் வெம்மையாய் அவள் கக்கிய இறுதிவார்த்தைகள் என்றும்போல் அவனின் விழியிடையே திரண்டு வதைத்தது. கள்ள ஹனியின் தூண்டலில் இன்று சற்றுக் கூடுதலாய் வதைத்தது. அன்று, கெப்பி தோட்டத்திற்குச் சென்ற நேரம்பார்த்து, தன்னை விடாமல், அவனது தம்பி தரவேண்டிய பணத்திற்காகத் திட்டமிட்டே வாதாடி பறித்துச் சென்ற அந்த விதைகளின்.... நினைவுகளின் பிரசவவலி.... அப்பப்பா... அன்றும் அவனால் தாங்கவியலவில்லை. அந்த விதைக்கூடையில் இருந்த வெள்ளைக் கெப்பு அவரை இன்று யாரிடமும் இல்லாதது. எத்தனைக் காலமாகப் பாதுகாக்கப்பட்டதோ தெரியவில்லை. விதைக்கூடையை வழிப்பது மரபுபடி பெரும் தவறு. ஆனால், அந்தச் சூதாடிக் கூட்டத்திற்கு இதெல்லாம் தெரிந்திருக்க நியாயமில்லை. பேருக்குக்கூட ஒற்றை மணியும் எஞ்சாமல் அவர்கள் வழித்திருந்தனர். அந்தக் காலியான

விதைக்கூடையின் பாவம் அவனுள் விளைந்து விளைந்து செறிந்தலைத்தது. இந்தக் கள்ள ஹனியோ அந்தக் கடும் நினைவுகளை வரிசைக்கட்டி நிற்கவைத்து அவனின் முகமும் அகமும் சிவக்க ஓயாமல் அறையவைத்துக் கொண்டிருந்தது.

5

கெப்பிக்கு அதிசயமாயிருந்தது. நாளை அவள் எதிர்பார்த்த பணம் கிடைத்து விட்டால் கடந்த இருபது ஆண்டுகளில் கந்துவட்டி முழுதும் முடிவது இதுதான் முதல்முறை. இதுவரை, அது முடிவதற்குள் அவனின் தமையனின் அவதாரம் மீண்டும் முருங்கை மரமேறிவிடும். பெண்டனின் இந்தப் பாசப்பிணி கள்ள ஹனியைவிட தீவிரமாயிருந்தது. யாரைப்பற்றியும் கவலைப்படாது தன் இயல்பைப் பிறருக்காய் அறிவுறுத்திக்கொண்டே இருந்தது. பெண்டனும் கள்ள ஹனியாய் தொடர்ந்தான். அவனுக்காகக் கெப்பியும்தான்.

நிலமாய் நீடியவர்கள் கள்ள ஹனியால் பயனடைந்துகொண்டே இருந்தனர். பெண்டனின் தமையன்போல. இந்தக் குணத்தின் இயற்கைச் சுழற்சி விண்கொண்ட மண்ணும் மண்கொண்ட விண்ணுமாய் யாராலும் மாற்ற இயலாதது. பழகிப்போனது; யாரும் பழக்காமல் பழகிப்போனது. ஏன் இப்படி செய்கிறோம் என்ற பிரக்ஞையின்றி சதா பெய்யும் பெண்டனின் இந்தப் பாசப்பனி இயற்கையின் கூறு. கள்ள ஹனியின் இயல்புப்போல் புரியாதது. முடிந்தளவிற்குக் கெப்பி மௌனம் தரித்து அதைத் திட்டாது, தவிர்த்திருந்தாள். வெக்கை நிலத்தையல்ல, செழித்த நிலத்தையும் குளிர்விக்க எழும் இந்தக் குணமெனும் கள்ள ஹனி புரியாதவர்க்குக் கடுமையே.

'அக்கா, பணம் தேவைப்பட்டா கேளுங்க... நாளையோட முடியுதுங்க..'

என்ற, மீசையடர்ந்த அந்தக் கந்துவட்டிக்காரனின் வார்த்தைகள் கெப்பிக்குக் கள்ள ஹனியின் உணர்வோடு படர்ந்துகொண்டிருந்தன.

“என்னஙக... அந்த எட்டு மூட்டெ காடுக்கு, எருவுக்கு, வெதெக்கு எவ்வளவு தேவெபடு”

என்றாள் கெப்பி.

கடந்த கள்ள ஹனியிலிருந்து அவன் தொலைத்திருந்த அவளின் வார்த்தைகள்... மறுபதிலுரைக்க அவனுக்கு உடனே நாவெழவில்லை. மௌனம் நீடியது. கள்ள ஹனி தெரிந்து அங்குக் கடைமழைப் பொழிந்துகொண்டிருந்தது.

★ ★ ★

ஆடா

1

இதுவரை, ஒருநாளின் இவ்வளவு சீக்கிரத்தில், இந்த 'ஹனி ஆடாவில்'* எவரின் பாதங்களும் பதிந்திருக்க வாய்ப்பில்லை.

புலரலின் சமிக்ஞைகள் இன்னும் தொடங்கவேயில்லை. அதிலும், இது கார்காலம். சூரியனின் சுடரொளி சுடாமல் கொக்கரிக்காத அப்பகுதியின் பறவைகளின் தூக்கத்தை நெடுநாள் கழித்து, தன் தாத்தன் பெட்டனுக்கு அடுத்து, தன் தாத்தனுக்காகக் கலைத்திருந்தாள் காங்கி.

சமீபத்தில் நெடுக உருளைக்கிழங்கு விளைந்த அப்புலமெங்கும் தேயிலைக்கு மாறும்போது, மாற வற்புறுத்தப்பட்டபோது மரபு மாறாது காக்கப்பட்ட இடமது. வெள்ளையன் கொண்டுவந்த இந்த உருளைக்கிழங்கினை நட பெரிதும் முரண்டுபிடித்து, அம்மண்ணின் மரபை விடாது காத்த அந்நிலத்தில் கடைபோக** இறுதியின் சாமையைத் தவிர்த்து முப்போகமும் அவரையே விளைபொருள். அந்திக்குப் பிறகு நீலமலையின் இருளையெல்லாம் ஒன்றாகக் கூட்டிவைத்த இந்த அடர்கானகத்து இடைநிலம் ஆதியின் அங்கம் குலையாதது.

வீடுதிரும்பாது, மாதம் நெடுகிலும் இங்குத் தங்கிவிடும் தன் தாத்தனுக்கு உணவு கொண்டுபோய் வைக்கும்

* பனி விழும் சமதள நிலம்

** கடைக்காலத்து (செப்டம்பர் மாதம்) விதைப்பு

அந்தப் 'பைகெ' மரத்தின் அடியில், தன் இரு கைகளாலும் அம்மரத்தின் கீழ்க்கொப்பினைப் பற்றிக்கொண்டு அவள் நின்றிருந்தாள்.

'ஏய் ஐயா... ஏய் ஐயா...

ஓ.. ஐயா... ஏய் ஐயா.'

என்று அடிவயிற்றிலிருந்து பெருங்குரலெழுப்பினாள். இதுகாறும் தன் தாத்தனை அழைத்த மொத்த கூப்பாடும் ஒன்றிணைந்து அவளின் சித்தத்தைக் குடைந்துகொண்டிருந்தது.

'ஓ.. ஐயா... ஓ... என்ன ஐயா...'

என்று உரக்கக் கத்த தோன்றியது அவளுக்கு.

மொளெ சாமம்வரை* அடிபாதத்தைப் பதம்பார்க்கும், அட்டையோடு பிணைந்த அம்மரத்தடிப் புல்மேட்டில் அவள் அணங்கென நின்றிருந்தாள். எதிர்த்த 'சோர்ட்டு' மலையிலிருந்து இறங்கிய மழைக்காற்றில் சிலிர்த்த மரத்தின் சில்லிட்ட மழைத்துளிகள் அவளின் தலைநனைத்து வகிடுவழி ஓட, உடல்கொண்ட நடுக்கத்திற்கு அவளின் கோபம் கேடயமாகிக்கொண்டிருந்தது. வயது மூப்போடு குளிரும்சேர, நடுங்கும் தன் வலக்கரத்தில் இறுகப்பிடித்த கூலுக்கத்தியின்** பிடி இறுக்கத்தை மேலும் இறுக்கினாள். தள்ளாடும் தன்னை ஓரளவு நிலைநிறுத்தினாள்.

ஓயாத மழைக்காற்றில் அவளின் பற்கள் தந்தியடித்தன. காரின் குளிர்ச்சி அவளின் காதுகளில் விடாது இறங்கியது. நிற்கமுடியாமல் நின்றுகொண்டிருந்தவள் பற்றாய் தன் பற்களைக் கடித்துக் கொண்டாள். அவளின் ஏந்துபல்லின் இடுக்கின்வழி பெருமூச்செறிந்தாள். கண்களை வெறிக்கத் திறந்திருந்தாள். இருளில் ஒளிரும் ஆந்தையின் கண்களாய் அவை அலைந்தன.

வெயில் உழன்ற வரட்டுமண் வாசம், உழும்போது எழுந்த உழுமண் வாசம், விதைப்பில் எழும் மண் முனைந்த வாசம், புனையா ஓவியமாய் பச்சைப்பாவிய முளைப்பின்

---

* குழைந்தைக்குப் பால் அளிக்கச் செல்லும் இடைவேளை

** ஒருவகை தினை அரிவாள்

வாசம், செடியும் செடியும் முத்தங்களைப் பரிமாறும் பூக்கும் வாசம், மென்மை மெதுவாய் வன்மைகொள்ளும் காய்க்கும் வாசம், பறவைகளின் கூடடர்ந்த அறுவடைக்காலத்து வாசமென அந்நிலத்தின் ஒவ்வொரு காலத்து வாசமும் நாசிவழி அவளின் கண்களிலேறி, விழிவழி செவ்வரியோடிய சிவப்புக் கோடுகளாய் மென்மேலும் சிவந்துகொண்டிருந்தன. 'இந்த நாசமாபோன தேயிலை நாற்றின் இத்துனூண்டு வேர்தான் எத்தனை எத்தனைப் பசுமைகளின் கழுத்துக்களை நெருக்கித் துண்டாடியதோ?.' அதை எண்ண எண்ண அடங்கா சினத்தில் அவளுக்கு மூச்சுமுட்டி, முனங்கலாய் கொக்கலித்துக் கொண்டிருந்தது.

சிறு காடுபோல மண்டிக்கிடந்த அந்தத் தேயிலையின் அரக்க லோகம் அவளை நோக்கி உறுமியது. இதற்குமுன்பும் அவள் இங்குப் பலமுறை நின்றிருக்கிறாள்...

தன் தந்தை சிவப்புக் கோட்டணிந்து, ஆட்களுடன் நின்றிருந்த அன்று, தன் தந்தைக்குமுன் கண்ணில் கோபக்கனல் மூள, இதே கத்தியை உயர்த்தி நின்றாள். தந்தை தயங்க, அண்ணன்களோ திமிர, அக்கத்தியைத் தன் கழுத்தில் வைத்தாள்.

'இப்போ எல்லோரு இங்கிருந்து போகலே

எங் கழுத்த நானே அறுத்துப்பே...

புரியுதா... இந்தத் தோட்டத்த தொட்டிங்க...

நடப்பதே வேறே..

நம்பலே இல்லே... இதோ..'

என்று தன் கையின் நரம்பினை அழமாக அறுத்துக்கொண்ட நாள், நடுநரம்பறுந்து பீச்சிய இரத்தமாய் அவளுக்கு நினைவிலோடியது.

அடுத்தடுத்து தன் தந்தைக்கு உடல்நலம் குறைந்தபோது இப்படித் தொடர்ந்து மூன்றுமுறை நடந்தது. மானத்திற்குப் பயந்த அண்ணன்கள் அவள் இப்படி நிற்கும்போதெல்லாம் பின்வாங்கினர்.

காட்டுக்கோழி காத்திருந்து இறையைக் கொத்துவதைப்போல அவள் உடல் நலிவுற்று படுத்த படுக்கையானாள் என்பதைக் கேள்விப்பட்டவுடன், தேயிலைப் புதராய் மண்டிய இத்தோட்டத்தைச் சீரமைக்க அவனின் மூத்த அண்ணன் மாதன் திட்டம் தீட்டியிருந்தான். அதோடு, இங்கு நடப்பதையெல்லாம் அவளிடம், குறிப்பாக இந்த நிலம்சார்ந்த தகவலைச் சொல்லும் குனிக்கி இன்றில்லை எனும் தைரியம்வேறு அவனுக்குக் கூடுதல் தெம்பூட்டியது.

2

கையிலுள்ள கத்தியால் அந்த ஆடாவில் மண்டிக்கிடந்த தேயிலை அரக்கனைத் துண்டு துண்டாக வெட்டி, வேரோடுப் பிடுங்கி எரியும் ஆத்திரம் அவளுக்கு மூண்டது. ஆனால், அது பிசாசு. அதை வெட்டி வீழ்த்துவது அவ்வளவு எளிதல்ல. அதிலும், வேரோடு வீழ்த்துவது பெரும் பராக்கிரமம். இதற்குமுன்பே அவள் பலமுறை முயன்றிருக்கிறாள். 'பிக்காசுக்' கருவியைத் தூக்கி தூக்கி வெட்டி, வலுகொண்டு தேயிலை நாற்றை வேரறுப்பது பெரும்போர். அவள் இந்தப் போரைத் தொடங்கும்போது காலம் கடந்திருந்தது. அப்பிசாசின் வேர்கள் ஆழப்பிடித்திருந்தன.

டைமண்ட் தேயிலைத் தொழிற்சாலையின் ஆர்த்தடெக்ஸ் தேயிலைத் தூளிற்கு இந்த ஆடா பூமியின் தேயிலைச் சரியாகப் பொருந்தியது. ஒரு கிலோ தேயிலைத் தூளிற்கான நான்கு கிலோ தேயிலையில் ஒருகிலோ இந்த இலையைக் கலந்தாலே போதும். கடைசியாக அது கிலோ 1000 த்திற்கு ஏலம்போனது.

மேல்கேரி* தேயிலை வியாபாரி கில்லனுக்கு இத்தோட்டத்தின்மீது கண்ணென்றால் அப்படியொரு கண். முன்பின் தெரியாமல் அதற்கென ஓயாமல் அலைந்துகொண்டிருந்த கண். காங்கியால் புதர்மண்டிய இத்தோட்டத்தைச் சீராக்க அவன் 15 வருடங்களாக

---

* மேல்தெரு

விடாது முயன்றுகொண்டிருக்கிறான். அந்தத் தோட்டத்தை லீசுக்கோ, விலைக்கோ கேட்டு அவனின் நச்சரிப்புத் தொடர்ந்துகொண்டிருந்தது. அவனுக்குக் கொடுத்தால் அடுத்தநொடி நான் இதே தோட்டத்தில் கழுத்தை அறுத்து செத்துவிடுவேன் என்ற காங்கியின் வைராக்கியமே அதற்கு இன்றும் அணைபோட்டிருந்தது.

டைமண்ட் தேயிலைத் தொழிற்சாலையினர், தேயிலை ஏலச் சங்கத்தினர் என எல்லோரும் கில்லனுக்குத் துணை. ஆனால், காங்கிக்குக் காங்கி மட்டுமே. தனியாய், தன்னந்தனியாய் அவளது போராட்டம். அவளின் கணவனுக்கோ அவளை அறிவுறுத்தி அறிவுறுத்தி அலுத்துப் போயிருந்தது. அவளின் மனோதிடம் அவன் அறிந்ததுதான். அவளின் தாத்தனின் குணம். சிலர் அவளுக்கு அவன் தாத்தன்தான் பிடித்திருக்கிறான் என்றே கருதினர்.

எட்வர்ட் துரை அந்த ஆடாவைத் தேயிலைத் தோட்டமாக மாற்றவும், இல்லை கம்பெனிக்கு விட்டுவிடவும் என்று துப்பாக்கியுடன் சிப்பந்திகளை அனுப்பியபோது நெஞ்சை நிமிர்த்தி மறித்த தன் தாத்தனின் இறுதிநாள், அவரின் இறுதிவார்த்தை அவளின் நினைவின் பாசப்பாய் சிம்மாசனமிட்டிருந்தது. அது அவளின் ஆழ்மனதில் சுவடாகிப் போயிருந்தது.

ஊரில் உள்ளோரை எல்லாம் தேநீருக்குப் பழக்கத் தன் ஊரான ஒரசோலைக்குத் தேநீருடன் துரை வருவதையறிந்து, ஊரெல்லையில் கம்புடன் நின்று, துரையின் குதிரை வண்டியை மறித்துத் திருப்ப, கோபமூண்ட துரையோ கைத்துப்பாக்கியில் சுட்ட குண்டு பெட்டனின் தோள்பட்டையில் பாய்ந்தது.

மருத்துவம் பார்க்கத் தடைவிதிக்கப்பட்டு, மருந்தின்றி, நாட்டு மருந்தால் அனைவரும் ஆச்சரியப்படும்படி மேலும் பத்தாண்டுகள் பெட்டன் வாழ்ந்தான். இறுதிவரையும் தோள்பட்டையில் சீழ் ஒழுக, அந்த ஆடாவிலிருந்து அவர் துளியும் விலகியதில்லை.

‘பிளடி பக்கர்

அவனுக்கு எவ்ளோ கொழுப்பு... டேமிட்’

என்று அடுத்தடுத்து வந்த துரைகளையெல்லாம் தம் நெஞ்சுரத்தால் புலம்பவைத்த அவரின் பிடிவாதம் இறுதிவரை விலகவில்லை.

வெள்ளையனின் பயிரை அண்டவிடாது இறுதிவரை போராடிய அவர் தியாகிப்பட்டம் இல்லாத தியாகி. இறப்பின் தருவாயில் நேரிமரக் கட்டிலில், சாமைப்புல் மெத்தை யின்மேல் படுத்துக்கொண்டு, வாயிடுக்கில் எச்சில்வழியும் கைக்குழந்தையோடு வந்த தன்னிடம்,

'ஏய் சிட்டுக்கு... ஏய், சிட்டுக்கு

அந்தப் பூமாதாய விட்டுடாதே...'

அவ மொளைக்க வைக்கிற வேரு அவளுக்குத் தொப்புள்கொடியா இருக்கனு... அது சுருக்குக் கயிறா ஆயிடக்கூடாது.

அவளுக்கு அவளோட புள்ளங்கள கொடுக்காமே, அவளோட மாரதிங்குற வெள்ளக்கார பயிர கொடுக்குறது பெரும்பாவம்... அதிலேயு அந்த ராட்ச டீ நாத்து... அது அரக்க...

அந்த அரக்கனுக்கு அந்த ஆடாவ கொடுத்துடாதே...

கொடுத்துடா.."

என்று வார்த்தையை முடிக்காமலேயே, அவளைப் பார்த்துக்கொண்டே உயிரை விதைத்த பெட்டனின் வெக்கை யிலிருந்து அந்த ஆடா முழுக்க விலகாமலிருந்தது.

• • •

நான்காவது பிள்ளைக்குப் பால்குடி மறக்கச்செய்து, எல்லை கடந்து இந்த ஆடாவிற்கு வந்த அன்று காங்கியின் தலையில் அடுக்கடுக்கான பல இடிகள் விழுந்திருந்தன. தன் தந்தை அந்த ஆடாவில் கிழங்கினைப் பயிரிட்டுள்ளார் என்பதை அரசல் புரசலாகக் கேள்வியுற்ற அவளுக்குத் அதனையும் தாண்டி பேரிடி இறங்கியது.

அந்த ஆடா முழுதும் தேயிலை அரக்கனின் பிடியிலிருந்தது. பூமித்தாயின் முனங்கும் சப்தம் அவளின்

காதுகளைத் தின்றது. விடாது மூளைவரைத் தின்று தீர்த்தது. அந்த ஆடா முழுதும் தன் தாத்தனின் மூடாத இறுதி விழிகள் திரண்டிருந்தன. அத்தேயிலை அரக்கனின் வேர்பரவிய இடுக்கெல்லாம் இரத்தம் கசிந்தது. அந்த அகோரக் கண்கள் அவளையே வெறித்தன.

தேயிலை நாற்றுக்களைப் பிடுங்கி எறிந்தாள். அதன் இலைவரை மட்டுமே அவளின் பராக்கிரமம் எடுப்பட்டது. அதனிடம் எவரின் பராக்கிரமும் அவ்வளவுதான். குற்றவுணர்வில் அழுது அரற்றினாள். கூந்தலைப் பிய்த்து உருக்குலைந்தாள். ஆனால், அந்த அரக்கனைச் சற்றுகூட உருக்குலைக்க இயலவில்லை. தினம் தினம் வெறிப்பிடித்தவள்போல் அச்செடிகளை வெட்டி வெட்டிச் சலிந்தாள். புகுந்த ஊரான குண்டாடாவிலிருந்து அதிகாலை யிலேயே இங்கு வந்துவிடுவாள். அந்நிலத்தை மீட்க தன் குடும்பத்தைக்கூட கவனியாது, பிள்ளைகளை நினையாது தன்னை உருக்குலைத்திருந்தாள். அவளின் வெறியைத் தாளாது, அந்தத் தோட்டத்தை அவளின் தந்தை விட்டதுதான், இன்று வளர்ந்து தேயிலைப் பிசாசாய் புதர்மண்டியிருந்தது.

அவள் இன்றுவரையும் யாரையும் மன்னிக்கவில்லை. தன் தந்தையிடம் இறுதிவரை பேசவேயில்லை. அவர் இறக்கும்வரை தன் பிறந்தவீட்டை மிதிக்கவேயில்லை.

அவளின் தந்தை இறந்த அன்று, தன் தாத்தனின் மீசையை உரித்திருந்த தன் அப்பனின் மீசைவழி கொப்பளித்து மீட்கொணர்ந்த தன் தாத்தனின் நினைவைப் போராடி மடைமாற்றினாள். அப்பாவின் முகமெங்கும் தாத்தாவே தெரிந்தார். அப்பாவின் முகத்தில் தாத்தனின் முகத்தைக் காண்பதைப் பேரபத்தமென எண்ணினாள். எனினும், அப்பனின் கரிந்து பிதுங்கிய உதடுகளிலிருந்து தாத்தனை விலக்கவே இயலவில்லை. அவளின் கண்களிலிருந்து அன்று ஒரு சொட்டுக் கண்ணீர்கூட துளிர்க்கவில்லை.

‘டேய் அவள பாக்கனு..

அவ காலப்புடிச்சி மன்னிப்புக் கேக்கனு...

அவள கூப்புடுங்கடா...

டேய் பெண்டா, அந்த ஆடாவ அவளுக்கே கொடுத்துடுங்கடா...

இது இந்த அப்பனோட கடைசி ஆசெ...

அவள கூப்புடுங்கடா'

என்ற தன் தந்தையின் கடைசி ஆசை அவளுக்கு மறைக்கப்பட்டிருந்தது. இல்லை, மறுக்கப்பட்டிருந்தது. யாரேனும் சென்று அவளை அழைத்துவந்துவிடுவார்களோ என்ற பதற்றத்தில், அவனே அழைத்துவருவதாகச் சொல்லிச்சென்று, குண்டாட மந்தையில் அமர்ந்து அவளை வரவழைக்காதபடி, அவளை யாரும் நெருங்கவிடாதபடி கண்கொத்திக் காகமாய்க் காத்திருந்தான் மாதன். அன்று அவன் விடாது காத்திருந்தான்... தன் தந்தையின் உயிர்போகும்வரை விடாது காத்திருந்தான்...

'முடிஞ்சா என்னமீறி தொட்டுப்பாருடா'

என்று, அவள்தன் இடதுக்கையில் கத்தியோடு, தலையில் சுற்றியிருந்த தலைப்பாகையையும்மீறி அவனின் கழுத்தைப் பிடித்து, அந்தப் பைகெ மரத்தோடு சேர்த்தழுத்தியது அவனின் கழுத்தை இன்றும் விடாது கவ்விக்கொண்டிருந்தது.

'வெட்டுவேண்டி... உன்ன வச்சே வெட்டுவேண்டி..'

அவன் உரைத்த வெஞ்சினம் அன்றும் அப்படியேதான் இருந்தது. இன்றும் அப்படியேதான் இருக்கிறது.

நடந்ததையெல்லாம் குனிக்கி கூறியதும் அவளின் முகம் நெருப்பில் காய்ச்சிய கத்தியின் முனையாய் மாறியிருந்தது. அவளை அறியாமலேயே அவளின் வாய் 'அப்பா... அப்பா..' என்று முணுமுணுத்தது. தன் தாத்தன் சொன்னது அவளைப் பீடித்திருந்தது.

'சிட்டுக்கு அது அரக்க.. அது அரக்க'

ஆம் அது அரக்கன்தான். அது தூக்கிவளர்த்த தன் அண்ணனோடே பெரும் வன்மத்தை வளர்த்திருந்தது. இறக்கும் தருவாயிலிருந்த அப்பனையும் பார்க்கவிடாமல் தடுத்திருந்தது.

சிறுவயதில் தன் தோள்மீதேற்றி இந்த ஆடாவைக் காட்டும் தன் தந்தையின் நினைவெழுந்தது. அவரின் முகத்தைப் பார்க்காமல் தவிர்த்தது அவளின் இதயத்தைப் பிசைந்தது. வாய்க்கரிசியைக்கூட முகம்பார்க்காமல் போட்ட வெறுப்பின் கோபம் ஓங்கி அறைந்தது.

தன் அண்ணனின் சட்டையைப்பிடித்து 'நீ எல்லா ஒரு மனுஷனா' என்று கேட்கத் துடித்தாள். கேட்பதால் பெரியதாய் ஒன்றும் ஆகப்போவதில்லை. அவனைப்பற்றி தெரியும். 'வெளியே போ' என்று முகத்தில் அடிப்பதுப்போல் கத்துவான். என் கழுத்தைப் பிடிக்காமல் அவனது வெறி அடங்காது. அந்த ஆடாவின் தேயிலை நாற்றைக் கவ்வாத்து வெட்டாமல் அவன் ரணம் ஆறாது. இது தெய்வத்திற்கான போரல்ல. அரக்கனுக்கானப் போர். ரணம் ஆறாது... நிம்மதி கூடாது... மறுபடியும் தன் தாத்தனின் இறுதி விழிகளின் ரணம், இந்தப் பத்ம வியூகத்தில் தன்னை நிறுத்தியதை எண்ணி வெதும்பினாள். அவளின் இதயத்தின் ஒவ்வொரு நாளங்களிலும் எட்வர்ட்டின் குண்டுமழை.

பலமுறை சொல்லியாகவிட்டது. அவளின் கைப்பிடி, கத்தியை மென்மேலும் இறுக்கியது. அவளிடம் பலமுறை மாதனின் சார்பாக கில்லன் சட்டம் பேசினான். சாதுர்யம் பேசினான். அவள் பெட்டனின் பேத்தி. மாறுவாளோ?

'ஏய் நீ விட்டுத் தொலச்சாதா என்ன?

நீ என்ன பைத்தியமா?'

'ஆ.. நா பைத்தியந் தா... விட்டுடுறே... ஆனா தொலைக்கமாட்டே'

'ஏய் நீ லூசாட்ட பேசாதே...

உங்கண்ண கழுத்துவரைக்கி கடன்லே இருக்கா...

உங்க வீட்டோடு சேத்து ஒட்டுமொத்தமா உங்க சொத்த வித்தாலு அவனுடைய பாதி கடனுக்குப் பத்தாது..

நல்ல வேளையா அந்த டைமண்ட் பேக்டரிக்கார அந்த ஆடா பூமிய கொடுத்தா போதுங்குறா...

நீ எல்லாத்தையு கெடுத்துடாதே...

தயவுசெஞ்சு, கெஞ்சி கேக்குறே... எல்லாத்தையு கெடுத்துடாதே...

கையெடுத்துக் கேக்குறே'

எனும் தன் கணவனின் மன்றாடல்களை அவள் பலமுறை தன் ஓரச்சிரிப்பினில் உதறித் தள்ளியிருந்தாள். அடுத்தடுத்தநாளும் அவள் அதே இடத்தில். அதே கத்தியோடு... இறுதியில் அவனின் அண்ணனோ தாங்கமுடியாது, கோபத்தில் சிறுகல்லினைத் தூக்கிக்கொண்டு அவளை நோக்கி வெகுண்டு ஓடினான். அன்றோடு சரியாகப் பத்து ஆண்டுகள். பேச்சு வார்த்தை இல்லை. போக்குவரத்தில்லை. அண்ணன் மகனின் கல்யாணத்திற்குக்கூட அழைப்பில்லை. அவளுக்கு மட்டும் அழைப்பில்லை.

டைமண்ட் பேக்டரிக்காரனின் அடுத்தடுத்த முயற்சியிலும் அவள் அணங்கென தொடர்ந்தாள். நீ ஆடாவைத் தொட்டால், என் இரத்தத்தில் கால்நனைத்துதான் உள்ளே செல்ல நேருமென்றாள். வழக்காடுமன்றம் சென்றால் கிரயம் ரத்தாகும் என்ற அச்சத்தில் காலம் நீடியது. அந்த அரக்கன்தான் விடாமல் ஜெயித்துக் கொண்டிருந்தான். யாரின் சாபமோ அந்நிலத்தின் உருசிதைத்துச் சிக்கிப்பிடித்திருந்தது.

தன் தாத்தன் அந்த ஆடாவில் தினையறுத்த, தன் கையில் ஏந்தியிருக்கும் அந்தக் கூலுக்கத்தியைத் தலைமாட்டிலேயே வைத்திருந்தாள். ஒருமுறை அதையெடுத்து ஒளித்துவைத்ததற்காக வரிசையாய் அவளுடைத்த ஏழெட்டு தானிய அவிரிகளின்* மண் சில்லோடு கலந்துதிர்ந்த சாமைத் தினைகள் தாத்தனின் கடைசிவிழியாய் இமைத்தன. அவையெல்லாம் அவளின் தாத்தன் தந்தவை. தினை உட்பட. அது அந்த ஆடாவில் விளைந்தவை. 'அவ பிடிவாதக்காரி அப்போ.... அவந் தாத்தனவிட ரெண்டுமடங்கு பிடிவாதக்காரி... வேறே வழியேயில்லே... காலோ வர்றவரே காத்திருக்கனுந்த..' இந்த உடன்பாடு, நிலை பத்தாண்டுகள் கழிந்து நேற்றுவரை வாழ்ந்துகொண்டிருந்தது.

• • •

* தானியக் குடுவை

பி.பி தலைக்கேறி கீழே விழுந்த காங்கிக்கு நினைவில்லை... காதில் இரத்தம் கசிகிறது. இன்றிரவு கடப்பதே பெரிதாம் என்ற செய்தி கிடைத்ததும் அடங்கா வன்மம் மாதனின் உதட்டைச் சிரிக்கவைத்தது. ஆனால், மனம் நொந்தது. வெஞ்சினம் தீர்க்கும் நல்வாய்ப்பு. முதல் ஆளாய் கில்லன் வந்திருந்தான். அவனது கையில் 100 ரூபாய் கிரயப் பத்திரமிருந்தது.

அவனுக்கு எல்லாம் புரிந்தது. கைநாட்டு மை இல்லையே என்றான். என்றோ வாங்கிவைத்ததை அவன் எடுத்து நீட்டினான். அவன் காரியக்காரன். சவரம் செய்த பிளைடையே புதிதுபோல காத்து வைத்தவன்; காத்து வருபவன். முப்பதாண்டைய பிளைடுகள் அவனது இரும்புப் பெட்டியில் உண்டு. இந்தச் சாதனை ஊரில் யாரும் செய்யாதது. ஏன், சீமையிலேயே இல்லாதது.

நேரம் தாமதியாது விரைந்தனர். டைமண்ட் போக்டரிக்காரனின் புது பியாட் காரின் மூன்றாவது சவாரி. குண்டாடவிற்கு முதல் சாவாரி.

வீட்டினை அடைந்ததும் அவனுக்குக் காங்கியின் கணவன் அவளுக்குப் பாலூற்ற, பால் கிண்ணத்தை நீட்டவில்லை. இந்தத் திட்டத்தில் அவனும் இருந்தான். பங்குதாரராக அல்ல. தன் மச்சானின் நிலையை உணர்ந்த அன்புதாரனாக.

தன் மனைவியின் போராட்டமும் அவனுக்குத் தெரியும். இருந்தும் என்ன செய்வது. இது தீர வேறு வழியில்லை. ஆனால், தன் மனைவியின் இந்தக் கடப்பாட்டுப் போராட்டத்திற்கு இவன் இன்றுவரை பேருதவிக்காரன். அவள் இதற்கென செல்லும்போதெல்லாம் விட்டிருந்தான். அவளை விடாமல் வைத்திருந்தான்.

அவளின் தலைமாட்டில் வைத்திருந்த கூலுக்கத்தி மாதனை முறைத்தது. சில நிமிடங்களிலேயே அந்த இடம் மயான அமைதிக்கொண்டது. புரிந்தவர்கள் வெறியேறினர். புரியாதவர்கள் வெளியேற்றப்பட்டனர்.

அறியாத வயதில் இதே கூலுக்கத்தியைத் தனது தாத்தாவிற்குத் தெரியாமல் எடுத்து வெட்டுப்பட்டு, அவன் மருந்திட்டத் தன் தங்கையின் கட்டவிரலைத் தன் நடுங்கும்

கரத்தால் பற்றி எடுத்தான். அவனின் கைகள் மேலும் நடுங்கின. அவனது அடிவயிற்றில் தோன்றிய இனம்புரியாத பயம் தொண்டைவரை ஏறியது. அவனின் கண்களில் திரண்டக் கண்ணீர்த்துளிகள் அருகில் கில்லன் ஏந்தியிருந்த பத்திரத்தில் சொட்டின.

'அடே' என்றவாறு பத்திரத்தை உதறினான் கில்லன். அவளின் முகத்தைப் பார்த்தான். தன் தாத்தனின் முகமும் அப்பனின் முகமும் மாறி மாறி அலைந்தன. ஒருமுறை கண்களை இறுக மூடினான். கதறி அழுதான்.

'ஏய் அண்ணா... என்ன நீங்க.. சீக்கிரமா முடிங்க..

எல்லா வந்திடுவாங்க...

உசுரு போனபின்னாடி வாங்குனவேறே செல்லாது..

ஏய் அண்ணா, சீக்கிரோ'

அவனுடைய தோள்களை உலுக்கினான் கில்லன்.

பலமுறை அவனின் கழுத்தைப்பிடித்து விளையாடிய தன் தங்கையின் கரம் சற்றுக் குளிர்ந்திருந்தது. விளையாட்டு வினையாகவில்லை. வினை விளையாட்டானது. அவன் தாத்தனின் சீழ்ப்பிடித்த குண்டடிப் புண்ணைப்போல மைப்பேட் திரண்டிருந்தது. எட்வர்ட் துரை சுட்ட குண்டடியின் சீழ் இன்னும் ஆறாத வடுவாயல்ல, ஆறாத புண்ணாய்த் தொடர்ந்தது. மென்மேலும் விடமேறி அது அடர்க்கருப்பிற்குச் சென்றிருந்தது. அதில் தன் தங்கையின் கட்டைவிரலை முக்கினான். நீட்டிய இடத்திலெல்லாம் பதித்தான். அவன் அன்று மருந்திட்டுக் கட்டிய ரணத்தின் சுவடினைத் தோண்டி, ஆழ அகழ்ந்து மீண்டும் ரணமாக்கியிருந்தான். அந்த விரல் ரேகைக்குள் அலைந்திருந்த தன் தாத்தனின் ஆன்மா சீறியது. எல்லாம் முடிந்திருந்தது. இறுதியாக அவளுக்குப் பாலுற்ற கிண்ணத்தை நீட்டினான் காங்கியின் கணவன்.

'இல்லே... இல்லே.

இந்தப் பாவி பாலூத்தினா இந்தக் கட்டெ வேகாது..

பெரிய வம்பாயிரு.. மானங் கெட்டுரு... இவ ரோஷக்காரி... இவ சரியான ரோஷக்காரி..'

அந்த இடத்தில் நொடிநேரம்கூட நிற்கமுடியாது வெளியேறினான் மாதன்.

மேல்வானம் சிவந்திருந்தது. அப்படி இருக்கும்போது உயிர்பிரிந்தால், தம் முன்னோர்கள் வசிக்கின்ற மல்லாட்டிற்கு செல்லுமென்பது நம்பிக்கை.

'ஏய் மாதா... உன் சொத்துப் பிரச்சினையிலே இவளுக்குக் கோடித்துணிய கொண்டுவராமே போயிடாதே...

அது பெரும் பாவம்டா... பாவி... பாவி

ஐயோ... கடவுளே! பெட்டனுடைய பேத்திக்கு இந்த நெலமையா?'

தெருவில் நின்றிருந்த எவளோ ஒருத்தி உரக்கக் கூறினாள்.

அந்தத் தேயிலை அரக்கனோ, ஊரிற்கெல்லாம் சடங்கினைப் பார்த்து பார்த்துச் செய்யும் மாதனையும் அரக்கனாக மாற்றியிருந்தான். 'ச்சீ' என்றான். தன்னையே நொந்துகொண்டான். 'ஐயோ, இது எவ்வளவுப்பெரிய கொடுமே.. பாவோ... இதுவரே என் குடியிலே யாருமே செய்யாத பாவோ... இல்லே இல்லே கொடுமே' உளச்சான்று கொதித்தது.

கில்லனின் வேகம் கூடியது. அவன் மனதில் பெரும் திருப்தி. அப்பாடா: என்று பெருமூச்செறிந்தான். நாளைய திட்டங்கள் குறித்து எண்ணத்தைத் திரளவிட்டான்.

அந்தத் தோட்டத்தைச் செதுக்கக் குறைந்தது 10 பேராவது வேண்டும். அதிலும், திடகாத்திரமான ஆட்கள் வேண்டும். மேல்கேரி கெல்லனைத் தவறாமல் அழைத்துக்கொள்ள வேண்டும். அவர்களுக்குக் காலையிலேயே ஒரு கோட்டர் வாங்கிக் கொடுத்தால்தான் வேலை நடக்கும். அவனது எண்ணத் திவலைகள் படர்ந்தன.

'மாதா... பிக்காசு, கத்தி எல்லா இருக்கில்லே...

அடடே மறந்துட்டோ பாத்தயா

காங்கிகிட்டே இருக்குற அந்தக் கூலுக்கத்திய எடுத்திருக்கலா. செடிய இழுத்துவெட்ட ரெம்ப ஒத்தாசயா இருந்திருக்கு.. அடச் சே...

மாதா, நாளைக்குக் காப்பிய நா எடுத்துட்டு வர்ரே.. டைமண்ட் பேக்டிரியோட நல்ல டீதூள் இருக்கு..

அப்பாடா, பெரிய தொல்லெ ஓஞ்சது'

என்று காங்கியைப்பற்றி பேச வாயெடுத்தான். நிலையைப் புரிந்துகொண்டு அடங்கிக் கொண்டான். மாதனின் இந்த மனநிலை அவனுக்கு நன்கு தெரியும். நடைப்பிணமாய் நகர்ந்தான் மாதன்.

• • •

எதோவொன்று அலறிக்கொண்டிருந்தது. வீட்டின் கதவைத்திறந்து வெளியே சென்றாள் காங்கி. அடர் இருட்டு. கண்ணுக்கு அடங்காத நேரிமரம் காற்றில் அலைந்தது. அந்த அலறல் அங்கிருந்துதான் எழுந்துகொண்டிருந்தது. காதுகளைக் கூர்மையாக்கினாள்.

'விட்டுடாதே காங்கி... விட்டுடாதே காங்கி...

அது அரக்க... அது கொடும் அரக்க'

எனும் ஓயாத அலறல். ஓசைவந்த திசைநோக்கி பார்வையைக் கூர்ந்தாள். திடீரென்று அது அவளின் முகத்தைநோக்கி சீறிப் பறந்து வந்தது.

'விட்டுடாதே.. விட்டுடாதே... விட்டுடாதே.. வுட்டுடாதே'

என்றவாறே விடாது அருகியது. அதன் கண்கள்.... அதேதான்... அதே தன் தாத்தனின் ரணக் கண்கள்தான்.

சட்டென கைகளால் முகத்தை மூடிக்கொண்டாள். அது அவளை விடாது வட்டமிட்டது. அவளின் கண்களைத் தேடியது. முகத்தை மறைத்திருந்த அவளது கைகளைத் தன் கொடும் கால்களால் இறுகப்பற்றி விலக்கியது. நிலைகுலைந்த அவளோ, அதன் நோக்கத்தைப் புரிந்துகொண்டு கண்களை இறுக மூடினாள். அதுவோ, விடாது, மூடிய இமையை நோக்கி அலகை ஓங்கியது.

'ஐயா... ஐயா... ஐயா... ஐயா.'

கண்களைத் திறந்தாள் காங்கி. கொடும் கனவு. பதறி எழுந்து அமர்ந்தாள்.

அவளின் உடையெங்கும் பச்சைப் பாலின் கவுச்சி. அவளுக்கு எல்லாம் புரிந்தது. அழுத்தம் தலைக்கேறி தன் தலையை இறுக்கப் பிடித்துக்கொண்டு மயங்கி விழுந்த அந்தக் கடைசிநொடி சன்னமாய் நினைவிலிருந்தது. தலை லேசாக வலித்தது. நெற்றியை இறுக்கித் தேய்த்தாள். தீடீரென்று ஏதோ நினைவில்வர, தலைமாட்டில் வைத்த கத்தியைத் தேடினாள். அது அங்குதான் இருந்தது. சற்று மனம் தெளிவானது. சிறுநீர் முட்டிக்கொண்டு வந்தது.

சுற்றி எல்லோரும் உறங்கிக்கொண்டிருந்தனர். அறைவிளக்குச் சூன்யமாய் எரிந்துகொண்டிருந்தது. எழ முயன்றாள். முடியவில்லை. படுத்திருந்த கட்டிலின் விளிம்பிற்கு முயன்று, முனங்கி வழுக்கிவந்து கால்களைத் தொங்கப்போட்டு அமர்ந்தாள். கால்கள் மரத்துப்போயிருந்தன. தன் இரு கைகளாலும் இடுப்பைப் பொத்திக்கொண்டு கீழே இறங்கினாள். பாதம் தரைதொட முரண்டுபிடித்தது. முட்டியைப் பொத்தி அமர்ந்தாள். ஆயாசம் முட்டியது. இதழைக் குவித்து காற்றை உள்ளிழுத்து, உள்ளிழுத்து, ஊதி, ஊதி தன்னிலைக்கு முயன்றாள். கீழே அமர்ந்து சற்றுநேரம் அங்கேயே படுத்துக் கொள்ளலாமா என்று தோன்றியது. ஆனால், சிறுநீர் இச்சை. சலித்துக்கொண்டே கட்டிலைப் பிடித்து எழுந்தாள். கட்டிய முண்டினை* சரிசெய்யக்கூட தெம்பில்லை. கையில் பிடித்துக்கொண்டே அவசர அவசரமாகக் கழிவறைக்குச் சென்றாள். அடித்துப்போட்டதுப் போலிந்தது.

அமர்ந்தெழுந்தாள். முண்டை மார்மேலேற்றி ஒருவாறு சமாளித்துச் சுருட்டி இடுப்பில் நிற்கவைத்தாள். கைகளைக் கழுவ குழாயைத் திறந்தாள். நீரால் கழுவமுடியாத அந்தக் கைநாட்டு மையின் அழுக்கு அவள் கண்ணில்பட்டது.

அவளுக்கு இருண்டுகொண்டு வந்தது. கையில் படிந்திருந்த அந்த மையைக் காண, காண அவளுக்குச் சினம் சிலுப்பிக்கொண்டு வந்தது. அவளுக்கு எல்லாம் புரிந்தது. இதுவும் நடக்கலாம் என்று அவள் கணித்திருந்ததுதான்.

---

* பெண்களின் ஒருவகை உடை

அரற்றி அழ முனைந்தாள். அழுகை முனகலோடு நின்றது. சுவற்றைப் பிடித்துக்கொண்டு கட்டிலை நோக்கி நகர்ந்தாள். அவளுக்கு மென்மேலும் இருண்டுகொண்டு வந்தது. மீண்டும் எதோ தலைக்கேறியது. வீட்டின் கதவினைத் திறந்துகொண்டு இருளில் நுழைந்தாள்.

இன்னும் வெள்ளி முளைத்திருக்கவில்லை. இரவு முழுதும் பெய்த அடைமழையின் எச்சமிருந்தது. காற்றோடு கலந்து அதன் தூரல் அவளின் முகத்தில் ஓயாமல் அறைந்தது. தரைபார்க்காமல் நடந்தாள். மப்புனி ஆடா வழியாக இறங்கினாள்.

பாதை தெரியாத இருட்டு. அந்த இருட்டையும் சேர்த்து அவள் அழைத்துச் சென்றாள். கரடோ, முரடோ, பாறையோ, பள்ளமோ நடக்கும் பாதைகுறித்து அவளுக்கு நினைவில்லை. ஏன், நடப்பது குறித்தே அவளின் நினைவி லில்லை. தொடர்ந்து நடந்தாள் அவள்.

3

பறவைகளின் ஓலம். பொழுதுப் புலரத்தொடங்கியது.

வீடே அல்லோகல்லோலம் பட்டது. காங்கியைக் காணவில்லை. மலம், ஜலம் கழிக்குமிடமான எல்லாம் தேடியாகிவிட்டது. எங்குமில்லை. சற்றும் தாமதியாமல் ஹனி ஆடாவை நோக்கி ஓடினான் அவளது கணவன்.

ஒரசோலைக்கும் தகவல் சொல்ல, தகவல் அறிந்துவர ஆள்அனுப்பினானவன். இது கரடிகள் அலையும் நேரம். புலமெல்லாம் மழைநீர்வேறு ஊறியிருக்கும். தப்பித்து ஓடவும் இயலாது. அதிலும், அந்தத் தேயிலைப் புதரில்தான் பல கரடிகள் தங்கியிருப்பதாகச் செய்தி.

வேகமாக ஓடினான். இந்த மழைக்காலத்தில் மப்புனி வழி பொல்லாதது. மரலெகம்பெ வழியில் இறங்கினான். அது பத்துநிமிடப் பாதை. ஹனி ஆடாவின் முகப்பினை அடையும்போது மாதனும் வந்திருந்தான். இருவரின் கண்களிலும் பதற்றம் தொற்றியிருந்தது. நிற்க நேரமில்லை. விரைந்தனர்.

நெருங்க நெருங்க பறவைகளின் அலரலொலி. ஹனி ஆடாவிற்கு மேலே காக்கைகளும், செம்போத்துகளும் மொய்த்துக் கொண்டிருந்தன. அவர்களின் நெஞ்சம் பதறியது. ஆடாவை அடைந்தனர். இருவரின் பார்வையும் அந்தப் பைகெ மரத்தைச் சுட்டியது. அவள் அங்கில்லை. அந்தத் தேயிலைப் புதருக்குள் ஆர்ப்பரிக்கும் ஓலம். அங்கும் இங்கும் ஏதேதோ அலையும் ஓலம். மரணப் பிரளயம்.

'காங்கி... காங்கி..'

கணவனை முந்தியது அண்ணனின் ஓலம்.

ஆடாவில் இறங்கி அந்த அரக்கனின் புற்றை விலக்கினான் மாதன். அவனின் பாதம் முழுக்க ஈரம். அடிப்பாதத்தைப் பிசுபிசுக்கும் ஈரம். கால்களை ஒன்றோடு ஒன்று தேய்த்தான். இது மழையீரம் இல்லையே? அவனுக்குச் சந்தேகம் வலுத்தது. 'என்னமீறி இந்தத் தோட்டத்த தொட்டே. என் இரத்தத்த மிதிச்சுதா உள்ளே போகனும் தெரியுமா' என்று காங்கி என்றோ சொன்ன வார்த்தைகள் அவனது தொண்டைக்குழியை அடைத்தன. அடிப்பாதத்தில் படர்ந்திருந்த ஈரத்தைத் தன் விரலில் தொட்டு முகர்ந்து பார்த்தான். கவுச்சி வாசம். கண்ணருகே கொண்டுசென்று கூர்ந்துபார்த்தான். இருளில் ஒன்றும் தெரியவில்லை. புலரொளியைத் துளியும் நெருங்கவிடாத அவ்வரக்கன் மேலும் இருண்டிருந்தான். சட்டென திரும்பினான். அப்புதரிலிருந்து வேகமாக வெளியே வந்தான். அதிகாலையின் அடர்ப்பனி விலகாத அச்சிறு ஒளியில் கையைக் கூர்ந்துபார்த்தான். தொடர்ந்து காலைப்பார்த்தான். காலின் மேற்பரப்பிலிருந்து இரத்தம் வழிந்துகொண்டிருந்தது. ஒரே ரத்தம்.. சுத்த ரத்தம்..

'ஐயோ.. காங்கி... ஐயோ.. காங்கி'

உள்ளோட முனைந்தான். முடியவில்லை. அவ்வரக்கனின் பின்னல்கள் வலுவாயிருந்தன.

அங்கிருந்த யாராலும் இந்தக் கோரத்தைத் தாங்கவியலவில்லை. வெகுண்டெழுந்தனர். தொடர்ந்து கனன்றெரிந்த குற்றவுணர்வின், பேரன்பின் தீயில் அவ்வரக்கன்

மெதுவாகத் தேய்ந்துகொண்டிருந்தான். அழித்தல் அல்ல, காத்தல் விடாது தொடர்ந்தது. வெட்ட வெட்டக் குறையாத அது சூனியக்காரியின் கைக்கோலாய் மாயைத்தரித்துத் தொடர்ந்தது. நா வரண்டது. மாதனுக்கு என்ன செய்வதென்று புரியவில்லை. அவனால் தாங்கவியவில்லை. அச்சூனியத் திலிருந்து சற்று விடுபட வெளியே வந்தான் அவன். அடங்கா வெறி மூண்டது. பிக்காசுகளும், கத்திகளும் தயாராகயிருந்தன. அவை சகட்டுமேனிக்கு வெட்ட ஆரம்பித்தன. வெறியோடு, கத்திக்கொண்டே அவன் வேகவேகமாக வெட்டினான்.

எல்லோரின் பார்வையும் காங்கியையே தேடின. சூரியனின் கதிர்களும் அவர்களோடு வாளேந்த அந்த அரக்கனின் படை சரிந்துகொண்டிருந்தது. பகுதிக்குமேல் தீர்ந்தாகியது. அவளைக் காணவில்லை. அனைவருக்கும் சலிப்புத் தட்டியது. ஆனால், சலிப்பைத் தட்டிவிட்டு வேலைத் தொடர்ந்தது. நல்லவேளையாக அவள் கண்ணில் பட்டாள். அவளை மாதனே முதலில் கண்டான்.

உள்ளே நுழைந்த எல்லோரின் கால்களிலும் குருதி. ஒரே குருதி. இரண்டு ஊராரும் சேர்ந்திருந்தனர். பகுதிக்குமேல் அழித்தாகிவிட்டது. பொழுதும் நன்கு புலர்ந்தது.

அந்த ஆடாவின் மறுமுனையின் விளிம்பில் அவள் கிடந்தாள். அந்த இடம்தான் தன் தாத்தன் அந்நிலத்தைக் காக்க தங்கியிருந்த தோட்டத்து வீடான குள்ளூ இருந்தப் பகுதி. மாதனோ, ஐயோ என அரற்றினான். அவளை நோக்கிச் சென்றான். முடியவில்லை. “ஐயோ.. ஐயோ.. சீக்கிரோ... சீக்கிரோ” என்றவாறு பலரின் துணையோடு அவளை நெருங்க முயன்றான்.

கையில் அந்தக் கூலுக்கத்தியை இறுக்கிக்கொண்டு அந்நிலத்தில் முகம்புதைத்திருந்தாள் காங்கி. கத்தி முழுதும் இரத்தம்.

“ஐயோ... ஐயோ”

என்று தலையில் அடித்துக்கொண்டான். கீழே கொக்கென அமர்ந்து அவளைத் திருப்பினாள். திருப்பமுடியவில்லை. அடர்ந்து வளர்ந்த தேயிலை அரக்கனின் கிளைகள்

அவளைச் சிக்கென பிடித்திருந்தன. மேலும் சிலர் அவனுக்குத் துணையாகச் சேர்ந்துகொள்ள அவ்வனைவரும் அவளை இழுத்துத் திருப்பினர். அவளின் கழுத்து ஆழமாக அறுப்பட்டிருந்தது. அது அவள் அறுத்தது போலிருந்தது. அவளின் கண்கள் திறந்துகிடந்தன. அதன் வெண்படலத்தில் அந்நிலத்தின் மண்துகள்கள் ஒட்டியிருந்தன. அது மாதனையே நிலைகுத்தியிருந்தது.

“ஐயோ”, தன் தாத்தனின் அதே கண்கள். உடனடியாக கண்களில் ஒட்டியிருந்த மண்துகள்களைத் தட்டிவிட்டான். அது கட்டியாய் ஒட்டி, கண்களோடு கலந்திருந்தது. இதுகாறும் தேயிலை அரக்கனால் கட்டப்பட்டு, பழுதேறியிருந்த தன் பாட்டனின் அந்த ஆட பூமிக்கு அவள் கண்களை ஈந்திருந்தாள்.

ஊராரின் வேகம் பன்மடங்காகியது. அந்த அரக்கனை வேரோடு வெட்டி வீழ்த்தினர். ஒருவழியாகத் தேயிலை அரக்கன் வதைப்பட்டான். வெள்ளையனின் அடிமைப்பரிசில் மூச்சுத்திணறி மூர்ச்சையாயிருந்த அந்த மரபின் நிலத்தைத் தன் குருதித் தெளித்து விளிக்கச்செய்திருந்தாள் காங்கி.

டைமண்ட் தொழிற்சாலைக்காரன் அப்போது களத்திற்கு வந்திருந்தான். களத்தில் இறங்கியிருந்த அத்தனைப்பேரின் கரங்களிலும் காங்கியின் அதே கூலுக்கத்தி. காங்கியின் இரத்தம் படிந்த கூலுக்கத்தி.

திணையாய், அவரையாய், கீரையாய் கொழித்த அந்நிலத்தின் காலம் அவளின் கண்களில் மின்னியது. அவளின் இமைகளைமூட மாதனுக்கு மனமில்லை.

தன்மடிமீது முற்றிலும் குளிர்ந்துகிடந்த அவளின் வலக்கரத்தின் கட்டைவிரலைப் பார்த்தான் மாதன். அதில் அவனது சாபம் மிளிர்ந்தது. புலர்ந்த சூரியனின் கதிரொளிப்பட்டு மேலும் தெளிவாகத் தெரிய ஆரம்பித்திருந்த அவளின் கட்டைவிரலில் படிந்த அந்தக் கருப்புநிலா, சாபத்தின் பல சர்ப்பங்களை விழுங்கிக்கொண்டிருந்தது.

★ ★ ★

நேரலு

அவனது கைகள் நடுங்கின. கைவிரல்களை அகல நிட்டிப் பார்த்தான். கடைமூன்று விரல்கள் காக்கை அமர்ந்துசென்ற அவரைக்கொடிபோல் அசைந்தன. விரல்களை இடுக்கி நடுக்கத்தைக் கட்டுப்படுத்த முயன்றான். நடுநிசியின் காற்றுப்புகுந்து அலையும் அவ்வறை ஜன்னலின் சிவப்புநிற மறைப்புத் துணிபோல் அது லோசக அலைந்தது.

கால்பாகம் திறந்துவைத்திருந்த ஜன்னலின் அருகே சென்றான். பாதரசம் பூசப்பட்ட அதன் கண்ணாடியில் முழுநிலவு அலைந்தது. நிலவின் பிம்பத்தைத் தீண்டச் சென்றான். நிலவு கடந்திருந்தது. பிம்பத்தில் மேலும் அகோரமாய், தேள்போல் நெளியும் கைகளை இறுக்கி மடக்கினான். கண்ணாடியை ஓங்கிக் குத்திவிடலாம் போலிருந்தது.

வெளியில் காகத்தின் கரைப்பொலி. இந்த நடுநிசியிலா.. ஜன்னலை அகலத் திறந்தான். நிலவு தொலைந்திருந்தது. வழிதவறிய ஒற்றைக் காகம். முற்றத்துத் திண்ணையின் இடுக்கில் ஒடுங்கியிருந்தது. அதை வெறித்தான். வெறிக்க வெறிக்க மங்கலான தன் ஒளியிழந்த கண்களை இடுக்கி இடுக்கி சரிசெய்து வெறித்தான். அதுவும் அவனைக் கண்டுகொண்டது. பழகியிருந்த காகம்தானது. கழுத்திடுக்கில் பாவியுள்ள அவ்வெண்ணிறம். இறுதியாக மணி கடையில் வாங்கிய போண்டாவை முழுதாக அதற்கு இட்ட நினைவு அவனுக்கு.

அக்காகம் அதற்குமேல் கரையவில்லை. தொடர்ந்து கரைந்தால் என்ன நேருமென்று அதற்குத் தெரியும். சகுனம் காட்டி இந்த இடமும் இல்லாமல் போகும். நாய்க்கோ, நரிக்கோ அகப்பட வேண்டியதுதான். கைகளைப் பின்னால் கட்டிக்கொண்டு வெறித்தான். மையத்தில் வெடித்துப் பிளந்திருந்த தன் வரண்ட உதட்டினைச் சப்பினான். முன்பனிக் காலத்துக் காற்று சில நொடிகளில் அவன் உதடுகளின் ஈரத்தை உலர்த்தியது. சப்பிக்கொண்டே இருந்தான். சலித்து உதடைப் பல்லுக்குள் கவ்விக்கொண்டான். அந்தக் காகத்தின் அலகு கவிழ்ந்திருந்தது. மூடுபனி தெருவிளக்கை மொத்திக்கொண்டிருந்தது. தெருவிளக்கு மங்கலாய் எரிந்தது. பக்கவாட்டுச் சுவற்றைப் பார்த்தான். அவன் வரைந்த மூடுபனி மூடிய தெருவிளக்கின் படம். அப்பாவோடு அன்று வரைந்தது. அதற்கு வாங்கிய எண்ணமுடியாத முத்தங்கள். அடுத்தநாளே பிரேம் செய்து அப்பா மாட்டியது அது. அறையெங்கும் நினைவுகளின் மூடுபனி.

அன்றல்ல, என்றும் அப்பா அமர்ந்திருக்கும், அம்மெத்தையறையின் ஏறுபடியின் முற்ற விளிம்பை ஒட்டி யிருந்த நாற்காலி சூன்யமாயிருந்தது. என்றுமவன் படித்து முடிக்கும்வரை மெத்தையின்மேல் கால்வைத்து, சுவற்றோடு சாய்ந்து குட்டித்தூக்கம்போடும் அப்பா.. இங்குவந்து நெடுநாளாகியிருந்தது.

அந்தநாள்... தொட்ட ஹப்பா* சடங்கு... அன்றோடுசரி. அவர் அவனோடு பேசுவதை உக்கிரமாய் நிறுத்தியிருந்தார்.

‘என்ன விடு... என்ன விடுடா.. ஏய்... நா என்ன பன்னாலு உனக்கென்னடா.. கழுத்தப்புடிக்கிறே.. நடக்கறதே வேறே பாத்துக்கோ’

அகுரு ஊவ** சடங்கிற்காக ஊர்முழுக்க கூடியிருந்த திடலில் தன் அப்பனை அவன் பேசிய வார்த்தைகள். அந்தப் போதையிலும் கொப்பளித்தன. அந்தக் கொப்பளிப்பே அவனது போதையைக் கூட்டியிருந்தது. கைகளை அகலவி ரித்து முகம்புதைத்தான். முழுத்தலையையும் அழுத்தித்

---

* மூதாதையர் வழிபாடு

** மரபார்ந்த விளையாட்டு

தேய்த்தான். முன்னாள், போதையில் முற்றத்துச் சாக்கடையில் விழுந்து புடைத்த வலது நெற்றி வலித்தது. புடைப்புச் சற்று குறைந்திருந்தது. அழுத்தித் தேய்த்து வலியைக் கூட்டினான். வின் வின் என வலி மிகுந்தது. பல்லைக்கடித்தான். வலி தலைக்கேறி நெற்றி மரத்தது.

ஊரின் பொது இடத்தில் அன்று பேசிய வார்த்தை... இதுவரை அவர்முன் எவரும் அப்படி பேசியிருக்க மாட்டார்கள். கோபித்தே அறியாதவர். அவன் நினைவறிந்து அதுவரை அவர் எவரையும் அதட்டியதுக்கூட இல்லை. அவர் கோபித்து அவன் பார்த்ததே இல்லை. 'ச்சே... அன்று அப்படிப் பேசியிருக்கக்கூடாது....' கழிவிரக்கம் கனன்றது. கன்னத்தை அறைந்துகொண்டான். 'அட எவ்வளவுபெரிய முட்டாள்தனம்...' இப்படி விழுந்து தலையில் புடைத்த எத்தனைப் புடைப்புகள். உள்ளங்கையைக் குவித்துத் தண்ணீர் எடுத்து, வைத்தழுத்தி, மார்போடு சேர்த்துக்கொண்ட எத்தனை அரவணைப்புகள். 'அந்தக் கையைப்போய் முறுக்கி விலக்கினேனே...' அவன்மேல் ஆத்திர ஆத்திரமாய் வந்தது. தலையைச் சுவற்றில் முட்டிவிடலாமா எனும் விரக்தி வழிந்தது.

'அப்பா.. அப்பா..' அவனது உதடுகள் முனுமுனுத்தன. அவனது மனக்காகம் ஓயாமல் கரைந்துகொண்டிருந்தது. ஓரக்கண்கள் கண்ணாடியைப் பார்த்தன. அடக்கிக் கொண்டான். ஈரமில்லா கண்கள்... உலர்ந்து டொக்கு விழுந்த கன்னம்... அடர்கருவளையத்தில் மூழ்கிய கண்கள்... முன்சொட்டை ஏறியிருந்த நெற்றி... பொரி பொரியாய் சொரியோடிய மூஞ்சி... என்றோ, அவன்பார்த்த அவனின்முகம் சகித்திருக்கவில்லை. அன்றுமுதல் அவன் கண்ணாடியைப் பார்ப்பதில்லை. அன்றவன் தன் முகத்தைப் பார்த்து விரக்தியில் உடைத்த அவ்வறையின் நிலைக்கண்ணாடி அவனது அழகின் பிம்பங்களைப் புதைத்துவைத்திருந்தது. அன்று அதைக் குத்தி தன் கையில் பீரிட்ட இரத்தத்தைத் துடைத்து, துவாலையால் இறுகச் சுற்றி, தன் தோளில் போட்டுக்கொண்டு ஓடிய அப்பாவின்முகம் ஊஞ்சலாடியது. ஒருபக்கம் சரிசமமில்லாமல் வெட்டப்பட்ட மீசையோடு, பல்லைக் கடித்துக்கொண்டு, தன் வயிற்றை அழுத்தாமல்

லாவகமாய் கையில் ஏந்திக்கொண்டு கீய்க்கேரி* படிக்கட்டில் விரைந்து இறங்கிய அப்பாவின் முகம்... அவன் நினைவறிந்து, அவர், அடிக்கடி வழுக்கும் பாசம்படிந்த அந்தக் கீய்க்கேரிப் படிக்கட்டை அவனை மிதிக்கவிட்டதேயில்லை. அவனைத் தோளிலேற்றி அவ் இடத்தைக் கடப்பதுண்டு. ஊரின் சாமித்தேரிற்குப் பிறகு அவன் அப்பனின் தோள் அவனுக்கு மட்டுமே.

"அடச்சே.." அதை எண்ணியெண்ணி தொண்டை மணியைக் கசக்கிப் பிடித்துக்கொண்டு துடித்தான். உள்ளே வந்திருந்த காற்று அவனைச் சுட்டது. சட்டென ஜன்னலைச் சாத்தினான். ஆனால், அந்தக் காகத்தின் நினைவினைச் சாத்தவியலவில்லை. அதன் தரைதொடும் அலகை காண ஆர்வமாய் இருந்தது. அதன் தலைக்கவிழ்தல் அவனுக்கான ஏதோவொன்றைத் தந்தது.

2

மூடிய ஜன்னல் கண்ணாடியில் தலைமுட்டிக் கிடந்தான். பல்லை நறநறவென கடித்தான். என்றைக்கும் வருகின்ற தலைவலி தொடங்கியது. இன்று சற்று முன்கூட்டியே. தலையைப் பிடித்தழுத்தினான். சுவரோடு சேர்த்துக் கீழே அமர்ந்துகொண்டான். தலையைக் கழற்றி வைத்துவிடலாம் போலிருந்தது. பின்னந்தலையைச் சற்று பலமாகத் தட்டினான். நா வறண்டது. தொண்டையும்தான்... தண்ணீர் கேட்டது. அப்படியே சாய்ந்து படுத்துக்கொள்ளலாமா என்றெண்ணினான். அடிவயிறு எரிய ஆரம்பித்தது. அந்தவலி... அவனுக்கு நன்கு தெரியும். அடுத்தடுத்து ஏறியேறி நடுமார்புவரை.. அய்யோ.. முடியாது... அடுத்துச் செய்யவேண்டிதும் அவனுக்குத் தெரியும். வயிறுமுட்ட நீரைப் பருகவேண்டும். பருகிய சிறிதுநேரத்தில் வெளிவரும் புளித்த ஏப்பம். அதனுடன் எதுக்களிக்கும் இரைப்பையின் நீர் மூக்கின்வழி இறங்க தொடரும் தும்மல்.. அப்பப்பா... அவன் மண்டையில் ஓடியது.

---

* கீழ்த்தெரு

அவனுக்குக் குடிநீர் தேவை. அவனுக்குத் தெரியும்... அங்கு அது இருக்காதென்று. அடுப்படிக்குச் சென்றுதான் எடுத்துவர வேண்டும். தன் அம்மாவின்மீது எரிச்சல் எரிச்சலாக வந்தது. மறுவாழ்வு மையத்திலிருந்து வந்த தொடக்கத்தில் விட்டு விலகாமல் கவனித்தவள். இப்போதெல்லாம் கண்டுகொள்வதேயில்லை. பேசியே வெகுநாட்களாகியிருந்தன. குடிக்கத் தண்ணீர்கூட வைப்பதில்லை. வயிறுவலி லேசாக மேலேறியிருந்தது. தொப்புள் வின்வின்னென்று விட்டுவிட்டுத் துடித்துக்கொண்டே வலித்தது. சுவற்றைப்பொத்தி எழுந்தமர்ந்தான். முட்டியைக் கழற்றி வைத்துவிடலாமென வலித்தது. தட்டுத்தடுமாறி முதல் படிக்கட்டில் கால்வைத்து இருப்புக் கொண்டான். தொடர்வலி... வயிற்றெரிச்சல்... தாயின்மீது கனலும்கோபம்... புலம்பிக்கொண்டே இறங்கி நடந்தான்.

சமையலறைக்கு முந்தைய, உணவு உண்ணும் அறையில் விளக்கெரிந்தது. அதற்கு முன்னறையினையொட்டிய உள்ளறை அவனது அம்மாவின் படுக்கையறை. வலக்கரத்தால் சுவற்றைப் பொத்திக்கொண்டு சமையலறைக்குச் சென்றான். அம்மாவின் மீதான அவனது வசை கூடிக்கொண்டே சென்றது. என்றையும்போல உணவுமேசையின்மேல் மூன்று டம்ப்ளர்களில் முக்கால் அளவு நீர் ஊற்றப்பட்டு வைக்கப்பட்டிருந்தன. வறண்ட நாக்கும், தொண்டையும் குடிநீரைக் கண்டதும் பாய்ந்தன. தன்நடுங்கும் கைகளால் டம்ப்ளரைப் பற்றினான்.

குடிநீர் மிதமான சூட்டிலிருந்தது. ‘அய்யோ..’ வென லேசாகச் சிரித்துக்கொண்டே தலையில் அடித்துக்கொண்டான். மூன்றாவது டம்ப்ளரைப் பகுதிக்குமேல் குடிக்கமுடியவில்லை. அவனது அளவு அவ்வளவுதான். என்றையும்போல அங்கிருந்த நாற்காலியில் சில நிமிடங்கள் அமர்ந்தான். எழுந்தவன் சுவற்றைப் பொத்திக்கொண்டு நகர்ந்தான். என்றையும்போல தனது அம்மா உறங்கும் அறையின் பகுதியளவு மூடியக் கதவை எட்டி உதைத்தான். சுவற்றில் முட்டாமல் அது நின்றது. சிறு கோபத்தின் அசைவு.

அவன் படிக்கட்டில் ஏறும் சப்தத்திற்காக அவள் ஓர்ந்திருந்தாள். அவள் கண்களில் வழிந்த கண்ணிர் இதழ்

விளிம்பில் அணைக்கட்டி உள்ளே நுழைந்து கரித்தது. அவளின் கை கட்டைவிரல்கள் லேசாக மரத்துப்போயின. உணர்வுநிலை மிகும்போது அவளுக்கு இப்படியாவதுண்டு. தான் அவனைப் புறக்கணிப்பதாக எண்ணுகிறானோ எனும் எண்ணம் அவளை நெருப்பில் நிறுத்தியது.

'இங்கே பருங்கம்மா.. அவன கொஞ்ச கான்சியசா வைக்கனு

ரூம்குள்ளேயே அடைஞ்சிருக்க விடாதிங்க...

அதுலெயு, தீடீரென அன்கான்சியஷ் ஆனாலும் ஆகலா..

முடிஞ்சளவுக்கு அவன ஆக்டிவ வைங்க...'

கஸ்தூரிபாய் மறுவாழ்வு மையத்தின் தலைமை மருத்துவர் சொன்ன வார்த்தைகள் அவளை என்றும்போல் எரியின் விளிம்பில் நிறுத்தி இறக்கின. அவன் குடிநீருக்காக இப்படி வந்துபோகும் நேரம்தான் அவளுக்கான எல்லாமும் இருந்தது. நடுநிசி கடந்து சிலமணிநேரம் உறக்கத்திற்கு வழிசமைத்தது. அதிலும், அவன் மெத்தைக்குச் சென்றதும் அவனுக்குப் பிடித்த மைக்கேல் ஜாக்சன் பாடலைப் போட்டால்தான் அவளுக்கு நிம்மதி. ஒருவேளை, போடாமல் நிசப்தம் நீடினால் அவ்வளவுதான். அவளால் உறங்கவியலாது. நிசப்தம் இவனுக்கு ஆபத்து என்று உளவியல் மருத்துவர் கூறியது கருவிழியில் ஊசலாடும். அப்போதெல்லாம், படியில் ஏறாமல், முதல் படிக்கட்டில் மெதுவாகக் கால்வைத்து அவனின் மூச்சுக்காற்றை ஓர்வாள். சந்தேகம் நிலவும்போது எட்டிப் பார்ப்பாள். அவன் உறங்கிபோயிருந்தாலும்கூட அது ஆழ்ந்த உறக்கமல்ல. வலியின் உறக்கம்... போதையுறக்கம்... லேசான சப்தம் கேட்டாலே போதும் அவன் விழித்துவிடுவான். சிறுவய திலிருந்தே அவனின் இயல்பூக்கம் அது. எழுந்துவிட்டால் அவ்வளவுதான். அவனது வாயிலிருந்து எழும் வார்த்தைகளைத் தாங்கவியலாது. காதுகளைப் பொத்தி அப்படியே கீழே அமர்ந்துவிடவேண்டியதுதான். அந்த வசவுகள் விடியும்வரை நீளும். அதை மெருகேற்ற கஞ்சாவின் புகை கறுவி நிற்கும்.

பொட்டலம் தீர்ந்துபோனாலோ அல்லது போதையும், கழி விரக்கமும் உச்சிக்கு ஏறினாலோ அடுத்தநொடியே வீட்டைவிட்டு

கிளம்பிவிடுவான். அந்தப்பாடு பெரும்பாடு. அவன் எங்கே விழுந்துகிடப்பான் என்பது கணிக்கவியலாதவொன்று. சிலவேளைகளில் புலி நடமாடும் காய் கம்பெ சிறு பாறையின்மேல் படுத்துக் கிடப்பான். அவனை அழைத்துவருவது பெரும்பாடு. அதிலும், அவனது கட்டுப்பாட்டை இழந்த சிறு நீருக்காக அவன் அணிந்திருக்கும் டயாப்பரும், வெளியேறி அதில் ஊறிய சிறுநீரில் அழுந்தி, முகப்பில் பொட்டுப் பொட்டாய் கொப்புளங்கள் படர்ந்திருக்கும் அவனது குறியும், சிலவேளைகளில் மலமும் கழிந்து எல்லா முடைநாற்றமும் கலந்துவீசும் நாற்றமும் நினைத்தாலே குடலைப் பிரட்டும். எல்.கே.ஜி பயிலும்போதே மலம் கழுவவும், குளிக்கவும் தன் அன்னையைக்கூட அனுமதியாத மானம் பழகியவனின் இந்த நிலை உன்ன உன்ன கொடுமையானது. அவனை வீட்டிற்குத் தூக்கிவருவதற்கு இடையில் அவன் விழித்துவிட்டால் அவ்வளவுதான். வசவும்... வசையும்... கல்லை எறிந்து துரத்தவும் செய்வான். சில வேளைகளில், குளியலறையில் அவனின் கழிவுகளைக் கழுவும்போது தன்னிலையெய்திவிட்டாலும் பிரச்சினைதான். எது கிடைத்தாலும் தூக்கி கண்முன் தெரியாமல் எறிந்துவிடுவான். அடித்தாலும் பரவாயில்லையென்றாலும் அவனை அவனே துன்புறுத்திக்கொள்வதுண்டு. இந்த வலியின், வேதனையின் பேருணர்வின் வியூகத்தின் உள்ளே நுழைந்தால் அவ்வளவுதான்; திரும்பவியலாதது; பெருந்திமிர் பிடித்தது. அவளது எண்ணங்கள் சுழன்றன.

அவன் படிக்கட்டு ஏறும் சப்தத்திற்காகக் காத்திருந்தாள். அவள் எண்ணியவாறே அடுத்தடுத்து நடந்தது. மேலே ஏறியவன் அவள் எதிர்பார்த்ததைப் போலவே டி.வி.டி யைப் போட்டான். தூக்கத்தைக் கெடுக்காத சப்தத்தில் அது நெழிந்தது.

கண்ணில் நிறைந்திருந்த கண்ணீரைப் போர்வையால் துடைத்தவாறே ஒருக்களித்துப் படுத்தாள். உறங்கிட முயற்சித்தாள். அவளது செவியை அவன்பக்கம் செலுத்தாமல் கட்டுப்படுத்தினாள். அடுத்து நிகழப்போகும் பெரும்வலியும் அவளுக்கு அத்துப்படி. அவளது கட்டுப்பாட்டையும்மீறி அவளதுசெவி அங்கே தவம்கிடந்தது. அவள் காதுநிறைக்க,

சிறுநீர் கழிக்கவியலாமல், அடிவயிற்றில் கட்டிக்கொண்ட சூட்டில் அவன் அலறும் ஒலி. நீரருந்திய சிறிதுநேரத்தில் அவனுக்கு அனிச்சையாய் பழகிப்போன உணர்விது. அவனது சிறுநீர் கழிக்கும் இயல்பூக்கத்தைச் சோதிக்கும் அவனது நனவுநிலை மனதின் வேதனை இது. "ம்.. இம்... இம்ம்." அவனின் ஓயாத அலறல். எவருக்கும் வரக்கூடாத சோதனை. அவளின் அடிமனதைக் கவ்வியிருந்தது.

3

காகத்தின் தொடர் ஓலம். அவள் கண்விழித்தாள். பொழுது புலர்ந்திருக்கவில்லை. காகத்தின் ஓயாத கரைதல். அவளின் அடிமனது பதறியது. கண்களின் தூக்கம் கலைந்திருக்கவில்லை. சவுன... சவுன* சலிந்துகொண்டே எழுந்தாள். அதன் ஓலக்குரல் அவளுக்கு எதை எதையோ நினைவுபடுத்தியது.

மெத்தையில் பாடல் ஓடிக்கொண்டிருந்தது. ஒரளவுத் தெளிந்தாள். தூக்கத்தில் அவளது கால்கள் தள்ளாடின. சலிப்புடன், கணவர் உறங்கிக்கொண்டிருந்த முன்னறையில் நுழைந்தாள். அவ்வறை குறட்டையில் மிதந்தது. சுள்ளென கோபம் தலைக்கேறியது. அறையை ஆக்கிரமித்திருந்த பீடிநாற்றம் அவர் பிந்தியுறங்கியதை அறிவித்தது. மகனையெண்ணிய அவளின் மனப்பித்தைவிட அவரின் பித்தம் பெரிது. அவள் நன்கறிவாள்.

காகத்தின் கரைதல் தொடர்ந்தது. 'ஏய்சவுனா... சவுனா' அதைத் துரத்த வேகவேகமாகக் கதவின் தாழ்ப்பாளை அகற்றச் சென்றாள். அது திறந்திருந்தது. வெளிவிளக்கு எரிந்துகொண்டிருந்தது. அந்தக் காகத்தின் கரைதலும்தான். சிறு பதற்றத்தோடு அவளின் யோசனை நீண்டது. தாழ்ப்பாளை யார் திறந்தது? எனும் சந்தேகமும் பதற்றமும் நீடியது. மேலே மைக்கேல் ஜாக்சனின் பாடல் ஓடிக்கொண்டிருந்தது. 'ஒருவேளை, தன் கணவர்தான் சிறுநீர் கழிக்கச் சென்றுவிட்டு மறந்துவிட்டாரோ.. ச்சேச்சே... இருக்காது. அவர் அப்படி செய்யமாட்டார்.' இவ்விசயத்தில் தன்னைவிட அவருக்கு

---

* சகுனம்

கவனம் அதிகம் என்பது அவளுக்குத் தெரியும். எனினும் புத்திரச்சோகம் யாரைவிடும். ஒருவேளை இருக்கலாம். ஆனால், இதுவரை அவர் அப்படிச் செய்ததில்லை. நேற்று அவள் கதவைச் சாத்தியது நினைவிலிருந்தது. வாசலின் விளிம்பில் எழுப்பப்பட்டிருந்த சிறு திண்ணை யின்வழியே உள்ளே ஏதேனும் வந்துவிடக்கூடாதென்று அரிசி சாக்கினைப்போட்டு அவள் கதவைச் சாத்தியிருந்தாள். அந்தச் சாக்கு அப்படியே இருந்தது. சட்டெனக் கதவைத் திறந்தாள். வெளியே வந்தாள். புலர்தல் தொடங்கியிருந்தது.

ஓயாமல் கரைந்துகொண்டிருந்த அந்தக் காகம் அவளைக் கண்டதும் கரைந்துகொண்டே அவளைநோக்கி வந்தது. 'ஏய்... சவுன... சவுன..' கைகளை மடக்கி மறித்துத் தடுமாறினாள். பின்னோக்கியே வீட்டிற்குள் நுழைந்து பயத்தில் கதவினைச் சாத்திக்கொண்டாள். அது விடாமல் கரைந்துகொண்டிருந்தது. பறந்துவந்து கதவை முட்டியது. 'இதென்ன வம்பு... இதுவரை இப்படிச் சந்தித்ததில்லையே... என்ன சூலம் வரப்போகுதோ.' 'காகம் பேண்டாலும் சூலம். கரைந்தாலும் சூலம்' தன் அத்தை அடிக்கடி கூறுவது நினைவிற்கு வந்தது.

காகத்தின் கரைதல் தொடர்ந்தது. அவள் கணவன் எழுந்துவந்திருந்தார். அவள் சொல்லாமலேயே அந்நிலையை ஓர்ந்திருந்தவர் கதவைத்திறந்து வெளியே சென்றார். அந்தக் காகம் அவரைநோக்கியும் படபடத்து வந்தது. அவரும் தன் முகத்தை மறித்தார். அது விடாமல் தொடர்ந்தது. வெகுண்டெழுந்து அதை கையால் பிடிக்க முயன்றார். அது எம்பி எம்பி பறந்தது. "ஏய்.. ஏய்" என்று அவளும் அதை விரட்டியவாறு அவருக்குத் துணையாய் நின்றுகொண்டாள். அதுவோ, விடாமல் அவரைச் சுற்றியது. இந்தப் புதுநிகழ்வு அவர்களுக்குப் புரியவில்லை. இதற்குமுன்பு அந்தக் காக்கையைக் கண்டதுகூட இல்லை. அதன் கழுத்துக்குக்கீழே படிந்த வெள்ளை... அதை இதற்குமுன்பு கண்டதில்லை என்று அவர்கள் துணிந்து முடிவுசெய்தனர். இறைவானத் துளையை நிமிண்ட கூரைமேல் வைத்திருந்த கோலினை அவர் எட்டி எடுத்தார். அக்காகத்தை அடிக்க விரைந்தார். அது எம்பி, தப்பித்து, கண்ணியில் அகப்பட்ட காட்டுக்கோழியைப்போல அங்கும் இங்கும் அலைந்து அவரைச் சூழ்ந்தது.

அதிகாலைச் செவ்வானத்தின் இருள் நாவுகள் அவர்களைத் தின்றுகொண்டிருந்தது. 'ஒருவேளை, பசிக்கு இப்படிச் செய்கிறதோ?... பசியானலும் இப்படியா? சவுன.. சவுனா..' அவர் அடித்த அடியொன்று அதன் வலப்புறச் சிறகில் பட்டது. கரைந்துகொண்டே பறந்து கூரையை வட்டமடித்தது. மீண்டும் விடாமல் அவர்களைச் சூழ்ந்தது. அவர் சினத்தின் உச்சியை அடைந்திருந்தார். "ஏய் உன்னே.." சரமாரியாக, அக்குச்சியை அதைநோக்கி அடிக்க வீசினார். அக்காக்கையோ, அக்கேரியின் வலப்புறத்தில் ஓங்கியிருந்த உலிபிக்கெ மரத்தை நோக்கிப் பறந்துசென்றது. அம்மரத்திற்குள் தொலைந்தது. அக்குச்சியை ஓங்கி அம்மரத்தை நோக்கி எறிந்துவிடலாமா என்ற வெறிமூண்டது. அத்தடியை மீண்டும் கூரையிடுக்கில் சொருகினார். கலைந்த தன் தலையை நீவினார். அவனது சுருட்டைமுடி ஓரளவு படிமனாய் நின்றது. இருவரும் ஒருவரையொருவர் பார்த்துக்கொண்டனர். அவர்களுக்கிடையில் பதற்றம் குளிர்காய்ந்தது.

இது, இதுவரையிலும் அவர்கள் சந்திக்காதவொன்று. அவர்களுக்கு ஒன்றும் விளங்கவில்லை. அச்சத்தைத் தந்தது. அவர்களுக்குப் பிரம்மை பிடித்திருந்தது. கண்கள் கண்ணீரை ஈந்தன. அவர்கள் சற்றும் எதிர்பார்க்காதவாறு, மரத்திற்கு எறிந்த கல்லைப்போல அவர்களுக்கு இடையில் சாய்ந்தவாறு அக்காகம் மீண்டும் பறந்துசென்று நடுமுற்றத்தில் அமர்ந்தது. கலக்கத்தில் உழன்ற அவர்களை நோக்கி கரைந்தது. அவர்கள் உயிர்த்தனர். கொலைவெறியில் அதைப் பிடிக்க ஓடினார். அதைக் கையில் பிடித்து, முறுக்கிப் பிய்த்தெறிய துடித்தார். அது அவரது ஆக்ரோசமான கரங்களில் சிக்காமல் மீண்டும் அந்த மரத்தைநோக்கி கரைந்துகொண்டே பறந்தது. அம்மரத்தின் கொப்பில் அமர்ந்துகொண்டு அவர்களை நோக்கி விடாமல் கரைந்தது. மீண்டும் அவர்களை நோக்கி பறந்துவந்தது. பாதியிலேயே அரைவட்டமடித்து அம்மரத்தைத்தாண்டி பறந்துசென்றது. அவர்களுக்கு எதுவும் விளங்கவில்லை. அதன் கரைதலொலி கோடில்* எழுந்த இடியாய் செவிப்பறையில் விலகாமல் நின்றது.

---

* மலை முகடு

4

பொழுது பட்டென புலர்ந்திருந்தது. மீண்டும் அந்தக் காகம் வருமென்று சூதானமாக இருந்தவர்களுக்கு ஏமாற்றமே மிஞ்சியது. செவிகளில் மீண்டும் மைக்கேல் ஜக்சனின் பாடல் கேட்கத் தொடங்கியிருந்தது. என்றையும்போல கீழிருந்து வீட்டின் மெத்தையைப் பார்த்தார். ஜன்னல் திறந்திருந்தது. அதிகாலைப்பனி இறங்கிக் கொண்டிருந்தது. எதையும் போர்த்தாமல் உள்ளே உறங்கிக்கொண்டிருக்கும் அவனுக்கு இது பெரிதும் பாதிக்கும். போதைப்பொருள் பழக்கத்தால் ஈரப்பசையைத் தொலைத்திருந்த அவனது கண்களில் குளிர்காற்று தொடர்ந்து படும்போது அது விறைத்துப் பார்வையிழப்பை ஏற்படுத்தவும் வாய்ப்புண்டு என்பது அவர்கள் அறிந்ததே. என்றைக்குமே வீட்டின் கதவைத் திறந்ததும் இருவரில் யாராயினும் இந்த ஜன்னலைக் கவனிப்பதே முதல்வேலை. அது பெரும்பாலும் மூடியிருக்கும். போதையால் அவன் மூடாது உறங்கியிருக்கும் நாளில் அவர் சென்று மூடுவதுண்டு. இரவெல்லாம் யோசனை ஈயால் உறக்கம் தொலைத்து விடியலில் கண்ணயரும் அவருக்கு இது பெரும் சோதனை. இதற்கென அவள் அவரை எழுப்பும்போதெல்லாம் அவளும் வருந்துவதுண்டு. பெத்த மனது... இன்றுவரையும் பித்து... பெரும்பித்தாய்...

குறியில் உண்டான படுக்கைப் புண்களின் வலியைத் தாங்காமல் அம்மணமாய்ப் படுத்திருக்கும் அவனைக் காணச் சகியாதவளாய் அவள் அந்த அறையைப் பெரும்பாலும் தவிர்த்தாள்.

அவனது கட்டுப்பாட்டை இழந்துவிட்ட சிறுநீரின் போக்கால் நனையும் அவனது படுக்கை விரிப்பைத் தினமும் இரண்டுமுறை மாற்றுவாள். அதுவும், அவன் இல்லாத நேரத்தில். கஞ்சாவின் நாற்றமும், முடைநாற்றமும் கலந்து நாசியைக் கவ்வும் நாற்றத்தைச் சகித்துக்கொண்டே அந்தப் போர்வையை விரைவாக அகற்றும்போது அதில் படிந்திருக்கும் அவனது இரத்தக் கரையோடு அவளது கண்ணீரும் சேர்ந்திருக்கும். துவைத்து, காயவைத்து,

மடக்கி, மீண்டும் படுக்கையில் விரிக்கும்வரை அவ்வீட்டின் அறையெங்கும் அவளின் கண்ணீர்க்கோலம்.

அவனின் அப்பாவுக்கும்கூட அவனை, அந்தக் கோலத்தில் பார்ப்பதுக் கொடுமைதான். அவனைக் காணாமல் நகர்ந்து அவர் அந்த ஜன்னலை மட்டும் சாத்திவிட்டு வந்துவிட எண்ணுவதுண்டு. அவரையும்மீறி அவனை அணைக்க பாயும் அவரது பார்வையில் சிக்கிய காட்சிகளும், ரோகம் படிந்து, வயலின் கண்ணேறுப் பொம்மையாய் மாறிபோன, மருங்கில் எலும்புப்புடைத்த அவனது தேகமும்... நெடுநாளாய் தனது இருப்பை இழந்துவிட்ட அந்த ஓரத்து நாற்காலியும்... அந்தப் பனிபடர் ஓவியமும்... அவரைச் செதில் செதிலாய் வதைக்கும். அதிலிருந்து மீளவே அவருக்கு இரண்டு அல்லது மூன்று பீடிகள் தேவைப்படும்.

அவர் ஒவ்வொருமுறையும் இனம்புரியாத அச்சவுணர்வோடுதான் அவ்வறையில் ஏறுவதுண்டு. பாதி தூக்கத்தில் எழும்பியதால் தூக்கக் கலக்கத்தோடு அந்த அறையில் ஏறும்போது அவர்கொள்ளும் மனப்பதற்றம் இன்று அந்தக் காக்கையின் செயலால் மட்டுப்பட்டிருந்தது. சில நாட்களாகவே அந்த அறையில் ஏறும்போதெல்லாம் மூர்ச்சையான அவனைக் கையில் ஏந்திவரும் உருக்காட்சி தோன்றி அவரை வதைத்தது.

5

அந்தக் காக்கையின் சகுனம்வேறு... மெத்தையில் ஏறும்போதே அவனைக் கலக்கியது. ஏறும்போதே படுக்கையை நோட்டமிட்டான். அங்கு அவன் இல்லை. நெடுநாள் கழித்து தைரியமாக அறையை நோட்டமிடும் வாய்ப்பு. முகப்பு உடைந்த அவனது அலைபேசி தலையணைக்குமேலே கிடந்தது. படுக்கைவிரிப்பு மடக்கப்பட்டு நேர்த்தியாகக் கிடந்தது. கழிவறைக்குச் சென்றிருப்பான் என்று எண்ணியிருந்த அவருக்குச் சற்று சந்தேகம் வலுத்தது. அலைபேசியில்லாமல் அவன் கழிவறைக்குச் செல்பவனல்ல. கழிவறையைக் கண்காணித்தார். அவரது சந்தேகம் உறுதியானது. கழிவறையின் வெளித்தாழ்ப்பாள் விலகாமல் இளித்தது. 'ஒருவேளை,

கஞ்சா வாங்குவதற்குச் சென்றிருப்பானோ? அதிகாலை 3.30 மணிவரை கதவைத் திறந்து விழித்திருந்தேனே. அவன் சென்றதாகத் தெரியவில்லையே.' சடாரென படுக்கையின் கீழ்ப்புறத்தைத் தூக்கிப் பார்த்தார். இளஞ்சிப்புநிறக் காகிதம் சுற்றப்பட்ட இரண்டு பொட்டலங்கள் கிடந்தன.

'அவனுடைய இப்பழக்கத்தை உடனே நிறுத்தலாகாது. எக்காரணம் கொண்டும் போதைப்பொருள் அவனுடைய கையில் கிடைப்பதைத் தடுத்துவிடவேண்டாம். அது அவனுடைய கோபத்தைக் கூட்டும்' என்ற மருத்துவரின் முக்கிய ஆலோசனை அவரின் அகத்தில் ஒலித்தது. கண்டும் காணாமலும் அவனுக்கு இது கிடைக்கவேண்டி, அவன் அதை வாங்குபவனிடம் சிபாரிசு செய்ததும் உள்ளத்தில் உலையென கொதித்தது. ஒருவேளை, கட்டிலிலிருந்து கீழே விழுந்து உள்ளே உருண்டிருப்பானோவென்று கட்டிலுக்கடியில் பார்த்தான். அவன் இல்லை. அவனது நான்கைந்து உள்ளாடைகள் ஆங்காங்கே கிடந்தன.

உடனே, அவனது அலைபேசியை எடுத்துப் பார்த்தான். அதன் திரையில் சந்தனச் சட்டையில் உருமாலோடு சிரிக்கும் தன்னுடைய படம். நெடுநாளுக்குமுன் பார்த்த, பாப்கட் வெட்டிய அந்தப் பெண்ணின் படத்தை மாற்றியிருந்தான். நடுரோட்டில் அந்தப் பெண்ணுக்கும் அவனுக்கும் சண்டையென்று அவனது நண்பர்கள் சொல்லி கேள்விப்பட்டிருந்தார். ஆனால், அந்தப் பெண்ணை இதுவரை அவர் நேரில் பார்த்ததில்லை. மறுவாழ்வு மையத்தில் அவன் இருந்தபோதுகூட அப்பெண்ணைத்தவிர எல்லோரும் வந்து அவனைப் பார்த்திருந்தனர்.

அவனது கைகள் லேசாக நடுங்க ஆரம்பித்திருந்தன. அந்த ஜன்னல்வழியே வெளியே எட்டிப்பார்த்தான். 'அவன் எங்குச் சென்றிருப்பான்... வேறு எதற்காகச் சென்றிருப்பான்... அவன் காதுநிறைய அக்காகத்தின் இறைதல். ஜன்னல்வழி உள்ளே வந்திருந்த புலர்காற்றில் சுவற்றில் ஒட்டப்பட்டிருந்த காகிதம் சலசலத்தது. அதில் கிறுக்கலில் ஓவியம். பார்த்தான். ஒன்றும் புரியவில்லை. கூர்ந்து பார்த்தான். அதேபடம். அருகில் அவன் பிரேம் செய்தளித்ததுபோன்ற படம். அவனது நடுங்கும் கரங்கள் வரைந்த நடுக்கம்நிறைந்த ஓவியம். அதிலும்,

ஓர் அழகு ஊடியது. அவனது கலைத்தாகம் தகித்தது. சிவப்பு மசியில் மூடுபனிசூழ் தெருவிளக்கு... அவனைத் தான் தோளில் சுமந்துசென்ற பாதையின் நீளும் படிக்கட்டுகள்... முன்திண்ணை... அதே பழையகாட்சிகள். அதோடு சில புதிய காட்சிகளும்... திண்ணையின் ஓரவிளிம்பில் தலை குனிந்திருக்கும் அந்தக் காகம்... அருகில், கொடியில் டேலியா பூப்போட்ட அம்மாவின் புடவை... சற்று பெரிதாய் அன்று அவனோடு ஏற்பட்ட சங்கடத்தில் பிய்ந்துபோன தன் செருப்பு... நிறைவாய் வலது விளிம்பில் பலமுறை மேலே அழுத்தி எழுதப்பட்ட அப்பாவுக்கு எனும் வார்த்தை. அவர் கண்களில் கண்ணீர் வழிந்தது. செய்வதறியாது திகைத்தார். கீழே இறங்கினார். பதற்றத்தோடு வெளியே ஓடினார். திரும்ப வீட்டினுள்ளே ஓடிவந்தவர் காயவைக்கப்பட்டு எடுத்துவைத்திருந்த துணிகளைத் துழாவினார். பதற்றத்தில் கலைத்து வீசினார். உள்ளே ஓடிச்சென்று தன் மனைவியின் உடையைப் பார்த்தார். அந்தப் படத்தில் இருந்த அந்தப் புடைவையில்லை. அவளும் ஏதோவென்று திகைத்தாள். துளியும் தாமதிக்காமல் வேகமாக வெளியே விரைந்தார். அந்தக் காகத்தின் கரைதலொலி அவரது மண்டையைக் குடைந்தது. அக்காக்கை பறந்துசென்ற அம்மரத்தைத்தாண்டி விழுந்தடித்து ஓடினான். அது அவனுக்குச் சிறுவயதில் நாவல் பழங்களைப் பறித்துதந்த நேரலு காட்டிற்குச் செல்லும்வழி.

நாவல் பழங்கள் செறிந்த நேரலு மரங்கள் நிறைந்திருந்த அக்காட்டின் நடுவில் வீற்றிருக்கும் கெம்பிக்கை மரத்தின் நினைவு. உச்சிப்பொழுதிலும், பொழுது சாய்ந்ததும் யாரும் நெருங்காத இடமது. நெருங்க அஞ்சும் இடம். அந்த மரத்தில் சிலபேர் தூக்கிட்டுத் தற்கொலை செய்துகொண்ட கதைகளும் உண்டு.

மருமகள் திட்டியதற்காக தன் வேட்டியிலேயே அம்மரத்தில் தொங்கிபோன சோஜனின் கழுத்தில் இறுகியக் கட்டினை அவன்தான் அம்மரமேறி அவிழ்த்திருந்தான். தொங்கிய சாஜனின் கருநாக்கின் காட்சி. ஈரக்குலை நடுங்கியது. அதை வாய்க்குள் திணித்து கட்டுவதற்குப் பட்டபாடு. அப்பப்பா.. அந்த வரண்ட நாக்கின் சொரசெரப்பு அவன் கரத்தில் இன்றும் ஒட்டியிருந்தது.

அறெபாறெ முடுக்கின்வழி இறங்கினார். கடிமிட்டு பாறை யிலிருந்து கீழே இறங்க நேரமின்றி பதற்றத்தில் கீழே குதித்தார். வெள்ளை நெறிகட்டி, புண் நிறைந்த தன் மகனின் நாக்கு தொங்கும் மனக்காட்சி. நஞ்சுஉல்லு புற்கள் மண்டிய அந்த இறக்கத்தின்வழி இறங்கியவன் அப்புதரின் விளிம்பினைப் பிடித்து மீண்டும் மேலேறினார். இடதுப்புற முட்புதற்வரை தாண்டிச்சென்று ஜக்கல திட்டிலிருந்து அம்மரத்தைப் பார்த்தார். அவன் அஞ்சியது நடந்திருந்தது. காட்சிக்குத் தெரிந்த அந்தக் கெம்பிக்கெ மரத்தின் நடுக்கொப்பில் ஒரு மலைப்பாம்பைப்போல அப்புடவைப் பிணைந்திருந்தது.

அய்யோவென மாரில் அடித்துக் கதறினார். கண்ணீர் சிந்த அந்த இடம்நோக்கி விரைந்தார். ஏற்கனவே பலமுறை சரிந்து விழுந்த அந்த இம்பராய் இறக்கத்தில் விழுவதுகுறித்த கவலை சிறிதுமின்றி ஓடினார். நேரலு மரங்கள் மண்டியுள்ள நேரலு காடு தொடங்கியது. எத்தனை நாட்கள் அவனைத் தோளில் சுமந்துவந்து நாவல்பழம் பறித்துத்தந்த இடமிது. நாவலை உண்டு நீலமேறிய நாவைக் காட்டி காட்டி அவன் விளையாடிய இடமிது. அந்த நாவல்காட்டைக் கடக்க கடக்க, மீண்டும் மனதில் வலுத்திருந்த அவனின், கழுத்திறுகி நா தொங்கிய காட்சியில் நாவலின் நீலமேறிய அவனின் நாவு.

மூச்சுப்பிடித்து ஓடினான். நாவல் மரத்தின் சருகுகள் சலசலத்தன. மீண்டும் காகத்தின் கரைதலொலி. கெம்பிக்கெ மேடு வந்திருந்தது. அந்த மேட்டை ஏறினால் அந்தக் கெம்பிக்கை மரத்திடல். உயிர்ப்புவாங்க கதறி அழுதுக்கொண்டே ஏறினார். தாடைப் புடைத்து கண்ணீர் வழிந்தது. அவனது தொங்கும் நாவை எப்படிப் பார்ப்பதென்று தெரியவில்லை. அதைமடக்கி, பல்லிடுக்கில் இடுக்கி... அய்யோ... நினைத்துப் பார்க்கவே ஈரக்குலை நடுங்கியது. “ஏ... அப்பா.. டேய்..” என்று கதறிக்கொண்டே அந்த மரத்தைப் பார்த்தான். அந்தப் புடவை மட்டும் அசைந்துகொண்டிருந்தது. திகைத்து நின்றான். அவரது கேவல் தொடர்ந்தது. சுற்றிமுற்றிப் பார்த்தார். அந்தச் சேலைப் பிணைக்கப்பட்ட கொப்பின்மேல் அதே காகம். அவரைப் பார்த்து கரைந்துகொண்டிருந்தது. அதன் கரைதலின் சப்தம் கூடியது. அது அத்திடலின்

பின்புறத்தை நோக்கி ஓயாமல் கரைந்தது. அவருக்கு அந்த தாட்டுப்பாறையின் நினைவெழுந்தது.

அந்தக் கெம்பிக்கைத் திட்டின் வலப்புறத்து விளிம்பில் அமைந்திருக்கும் இந்தத் தாட்டுப்பாறையை ஒட்டி மீண்டும் நேரலு மரங்கள் நீளும். இப்பகுதியின் நேரலு மரங்கள் முன்பகுதியினதைவிட சுவை மிகுந்தவை; பெந்நேரி வகை யினவை. நாவல் காலங்களில் அவர் அவனை நேராக இங்குதான் அழைத்துவருவதுண்டு.

தாட்டுப்பாறையை நோக்கி விரைந்தார். அப்பாறை யின்மேல் அவன் அமர்ந்திருந்தான். அவருக்கு மீண்டும் உயிர்ச் சுரந்தது. அப்பாடாவென்றிருந்தது. அத்திடலிலிருந்து குதித்து முன்புறமாகவந்து அவனைப் பார்த்தார். அவனது கால்களில் தன் பிய்ந்த செருப்பு. அவன் கண்களைப் பார்த்தார். கரைந்த அக்காகத்தின் அதே கண்கள். அவன் எழ முயன்றான். ஓடிச்சென்று அவனைக் கட்டியணைத்தார். ஓயாத முத்தமழை.

அந்தக் காகம் அவர்களை வட்டமிட்டப்படி சுற்றி சுற்றி கரைந்தது. அவர்கள் இருவரின் பார்வையும் அதை நன்றியுடன் நோக்கின. அவர்களைநோக்கி மீண்டும் விரைந்துவந்த அது, நேரலு மரத்தின் மேல் சிறு வட்டமடித்துவிட்டு எதிரிலிருந்த அந்த பெரிய பெந்நேரலு மரத்தில் சென்றமர்ந்தது.

அது அவர்களை விடாமல் பார்த்தது. அவர்களும்தான். அதன் கரைதல் ஓயவில்லை. அந்த நேரலு மரத்தில் மண்டிய நாவல் காய்கள் கனியத் துவங்கியிருந்தன.

கித்தவா

1

இம்முறையும்தான்..... எல்லையில்லாத விரக்தியோடு வீட்டிற்குள் நுழைந்தாள் குப்பெ.

காலையில் புறப்படும்போது அவளுக்கொரு அசாத்திய நம்பிக்கையிருந்தது. அதனால்தான், இம்முறை அவளே இறங்கியிருந்தாள்.

கடந்தவாரம் அவளது நூறாவது பிறந்தநாள். அப்போதுதான் இந்த யோசனையைப் பக்கத்துவீட்டு மணிக்கி கூறியிருந்தாள்.

‘அந்தப் பொண்ணு கிளியாட்டோ.. அதே... கிளியாட்டந்தா...

லட்சணத்துல மட்டுமில்லெ, பேச்சிலெயு... மரியாதெ யிலேயுந்தா...

நம்ம போஜூக்கு ஏத்தவ அவதா...

அக்கா... யோசிக்காதிங்க...

இவளவிட யாரு... நம்ம வீட்டுக்குப் பொருத்தமா இருக்க முடியாது.

நாளிக்கே போயிடலா...’

அன்று முடிந்த உரையாடல் அவளின் செவிப்பறையில் மட்டுமல்ல, அவ்வீட்டின் அறையெங்கும் அளபெடுத்துக் கொண்டிருந்தது. அதிலும், அந்த உள்ளறையான ஓகமனெயை* நெருங்க, அது அவளின் மூளை நரம்பெங்கும் நிறைந்து, புடைத்து, உடலின் ஒவ்வொரு நுண்துவாரங்களின் வழியும் கொப்பளித்துக் கொண்டிருந்தது.

அவளுக்கு மூண்டிருந்த ஆத்திரம் மென்மேலும் மூண்டது. தலையின் பாரம் எல்லையின்றி கூடியது. அது சாதாரண பாரமல்ல... இறக்கி வைக்கவியலாத தலைமுறைபாரம்...

ஓகமனெயின் வாசலை அடைந்திருந்தாள். ஆத்திரம் அவளை விடுவதாயில்லை. வெகுண்டெழுந்து உள்ளே நுழைய முயன்றாள். வாய்கொப்பளிக்காதது நினைவிற்கு வந்தது. வாய்ப்பூசாமல் அவ்வறைக்குள் செல்வது மரபல்ல. ஹெம்மாட்டி** மாதத்தில், மலைய சீமெயின்*** எம்மட்டிக்கு**** எருமை மந்தைகளை ஓட்டிச்சென்று, சிரியூரு அடர்காட்டில் விஷப்பூச்சிப்பட்டுக் கண்ணிழந்துபோன, இவ்வீட்டில் பதினைந்து தலைமுறைக்கு முன்பு வாழ்ந்த புகுரி காளனுக்குத் தன் கை பெத்தினை***** கொடுத்து, வீடுவரை பத்திரமாய் வழிகாட்டி, எருமை மந்தைகளுக்கும் துளியும் பங்கமில்லாமல் வீடேய்த துணைநின்ற வனதெய்வம் தனது அடையாளமாய் தந்தனுப்பிய அந்தப் பெத்து கலங்காலமாக அவ்வறைக்குள்தான் பத்திரமாய் வைக்கப்பட்டிருந்தது. அதோடு, இவளின் மாமன் புகுரி சாஜனும், அவனின் தந்தை புகுரி மல்லனும், அவனது தந்தை புகுரி செவனனும், அவனது தந்தை புகுரி சேலெயும், அவனது தந்தை புகுரி காளனும் என அவளுக்கு விபரம் தெரிந்தவரை, அக்குடும்பத்திற்கு அடைமொழியாகிப்போன, அவர்களது மரபார்ந்த இசைக்கருவியான புகுரிக்கும் அவ்வறையே மரபார்ந்து இடமாகியிருந்தது.

---

* வழிபாட்டு அறை

** டிசம்பர்

*** நீலகிரியின் அடிவாரம்

**** எருமைகளின் ஊர்

***** மூங்கில் தடி

அக்கருவி எத்தனை நூறாண்டுகள் பழமையானதோ தெரியவில்லை. தலைமுறையின் கைகள்பட்டு மெலிந்துபோய், கருமை கலந்த வெளுப்புநிறமெய்திய, இருபுறமும் வெள்ளிப் பூண் பொருத்தப்பட்ட அது இல்லாமல், இந்தப் புகுரி வீட்டார் அதை இசைக்காமல், அவ்வூரில், அவர்களின் மூதாதையர்களின் அருள்வாக்கும் சடங்கும் நிகழாது.

'ப்பூ... ப்ப்பூ... ப்பூ...' என ஆன்மாவின் ஆதிமுடிச்சினை உசுப்பும் அந்த ஆதி இசைக்கருவியின் ஒலிமீது அவர்தம் மூதாதையர்களுக்கும், எருமை மந்தைகளுக்கும் அவ்வளவு ப்ரியம். குப்பெயின் மாமனார் புகுரி சாஜன் தன் மூதாதையரை அழைக்கும் பொருட்டுப் புகுரியை இசைக்க ஆரம்பித்தால் இதமனெக்கும்* ஓகமனெக்கும் இடையிலுள்ள மதிலில்** வைக்கப்பட்டுள்ள கம்புவிளக்கு அதுவாகப் பற்றிக்கொள்ளுமாம். அதை, அவ்வூரில் கூறாத கிழடுகளே கிடையாது எனலாம். இன்று, இம்முறை போஜூவால் தொடர்கிறது. அவனுக்கும் ஆசைதான். தன் வாசிப்பிற்கு அவ்விளக்கு இசையவேண்டுமென்று. அவனது தந்தையோடு அவ்வீடு சிலகாலம் அந்த இசையைத் துறந்ததெனலாம். போஜூ பழகியப்பின்பு அக்கருவி சடங்கு நிகழும் இடத்திற்கு மட்டுமென்று ஆகியிருந்தது. உரியோர் இன்மையின் உருத்திரட்சி உருக்கண்டு உறைந்திருந்தது. அங்கிருக்கும் விளக்கிற்கு இவ்விதியில்லை. அது ஏற்றப்பட்டு அசைந்தபின்பே இந்த இசை தொடர்வது விதியெனவிருந்தது.

> 'சிங்கரா... அவ தாத்தனாட்டந்த... அதே அவ தாத்தந்தா...
>
> அவ தாத்தன போலவே கச்சிதமா புடிக்குற...'
>
> அவன் இசைப்பதை ஊரார் இரசித்துக் கூறும்போதெல்லாம் குப்பெக்குப் பெருமை கொள்ளாது.

• • •

ஓகமனெக்குள் செல்ல அவளின் கால்கள் துடித்தன. தொண்டைவரை துக்கம் ஏறியிருந்தது. அது ஆற்றாமை

---

* நடுவறை

** விளக்கு மாடம்

கலந்த துக்கம் மட்டுமல்ல, ஆறாமை கலந்த துக்கம்; ஆற்ற இயலாமை கலந்த துக்கம்... அரற்றி அழும் அழுகையின் தொடக்கம்போல ஒரு கனைப்பு... அவளிடமிருந்து, அவளையும்மீறி விட்டு விட்டுத் தெறித்தது. அது, அடித்தொண்டையில் தோன்றிய இருமலைப்போல விட்டுவிட்டு எழுந்தது. உச்சுக்கொட்டுமில்லாமல், முனகலும் இல்லாமல் இடைப்பட்ட அவளின் உணர்வின் சமிக்ஞைகள் அவ்வீட்டின் சூனியத்தை விரித்தது; ஓயாமல் விளித்தது. ஓரிருநொடிகள்கூட அவளால் தாங்கவியலவில்லை. பொளபொளவென கண்ணீர் கொட்டியது. அதைத் துடைக்கும் பிரக்ஞையின்றி அந்த ஓகமனெக்குள், ஆதி இருளில் ஒய்யாரமாய் வீற்றிருந்த அந்தப் பெட்டியைப் பார்த்தாள். அது சாதாரண பெட்டியல்ல. அதற்குள் இரண்டு வரலாறுகள் அடைக்கப்பட்டிருந்தன. அதில் ஒன்று இவள் வரைந்தது.

2

வெண்மையும் ஆங்காங்கே அடர் மஞ்சளும் கலந்த, லோசான கருப்புநிறம் பாவிய அந்தப் பெட்டிக்கான பாகெ மரம் கோடுபெட்டு மலையிலிருந்து கொண்டுவரப்பட்டது. குப்பெயின் வாழிடமான நீலகிரியின் உயர்ந்த சிகரம் இந்தக் கோடுபெட்டாகும். தென்னாட்டின் உயர்ந்த சிகரமும் இதுதான். இது இன்று தொட்டபெட்டாவானது. இந்தச் சிகரத்திற்கும் குப்பெயின் வீட்டிற்கும் பெரும் பிணைப்பிருந்தது. அவள் கணவன் காகெ முடிய அந்த வீட்டில் வாழ்ந்த அனைவரும் குழந்தைகளுக்கு ஏற்படும் பாலெகரெ பாதிப்பிற்கு மருத்துவம் பார்ப்பவர்கள். இந்த மருந்திற்கான மூலிகைக்குக் கோடுபெட்டிற்குத்தான் சென்றாகவேண்டும். அம்மூலிகை, அருகில் இருக்கும் அரெபெட்டு மலையில் கிடைத்தாலும் கோடுபெட்டின், கோடுப்பகுதியில் கிடைப்பதற்கு ஆற்றல் அதிகம். பாதிப்பின் தன்மையைப் பொறுத்து அருகில் இருக்கின்ற மூலிகையைக் கொள்வதா, இல்லை, கோடுபெட்டிற்குச் சென்று கொண்டுவருவதா என்று தீர்மானிப்பதுண்டு. ஒருவேளை கோடுபெட்டிற்குச் செல்வதாக இருந்தால் அது நெடுந்தூரப்

பயணம். அதிலும், சோர்ட்டு மலைவழியே சென்றால் மிகவும் கடினம். அந்தப்பாதை மழைக்காலத்திற்கு முற்றிலும் ஆகாததுவேறு. மேலும், இப்பாதிப்புற்ற குழந்தைக்கான மருத்துவத்தை ஆரம்பிக்கும்போது ஜோனியிலிருந்து கொண்டுவந்த நீரினால் குழந்தைக்கு முகம்பூசியதும் இந்த மூலிகையைக் கொண்டுவரும்வரை அதற்கு எதையுமே தரக்கூடாது. சிலவேளைகளில், இந்நோயால் பெரிதும் பாதிப்புற்ற குழந்தைகள் பசிதாங்காது மயங்கிவிடுவதுண்டு. இந்தப் பாதிப்புற்று, வாயில் எச்சிலொழுகத் தலையைத் திருப்பமுடியாமல் அல்லலுறும் குழந்தைகளைக் காண யாருக்கும் சகிக்காது.

கன்னேரி மரத்தின் இலைக்கொழுந்தின் முக்கொம்பு முகம்பினைத் தன் மூதாதையரையெண்ணி பாடம்போட்டுப் பாதிப்படைந்த குழந்தையின் கச்சையில் முடிந்துவிட்டு, புகுரி வீட்டார் இந்த மூலிகைக்காகக் கோடு பெட்டுக்குச் சென்றால் திரும்பும்வரை அக்குழந்தையைத் துளியளவு சோர்வும் அண்டாதுதான். எனினும், பெத்த மனதின் பித்துப் பதறாமல் இருப்பதில்லை. புகுரிக் குடியின் சாஜன் இதற்கு, இந்தப் பெட்டியின்வடிவில் ஒரு வழிகண்டான்.

கோடுபெட்டின், கோடின்மீது ஆஜானுபாகுவாக நின்றிருந்த அந்தப் ஒற்றை பாகெ மரத்தையொட்டித் தரைச்செடியாய் வளர்ந்திருக்கும் இந்த மூலிகையைப் பறிக்கும்போது அம்மரத்திடம் அனுமதி கேட்கவேண்டும். இது பரம்பரை வழக்கம். முதிர்ந்து பழுத்த அம்மரம் காற்றில் அசைந்து அனுமதியளித்தாலொழிய அந்த மூலிகையைக் கொள்வதாகாது. அனுமதி கிடைத்து, அம்மூலிகையைப் பறித்து, அந்தப் பாகெ மரத்தின் அடியில், அதன் திரண்ட வேரின்மேல் வைத்துப் பாடம் செய்யவேண்டும். அப்போது, லேசாக சுருங்கியிருக்கும் அம்மூலிகையின் நீள்வட்ட இலைகள் நன்கு விரிந்துகொடுக்கும். அதன்பிறகு, அதை வெயிலில் காட்டாமல், கனமான துணியில் முடிந்து கொண்டுவரவேண்டும்.

ஒருமுறை, தெதநாடு சீமெ, கம்பட்டி ஊரிலிருந்து கொண்டுவரப்பட்ட, இந்தப் பாதிப்பு முற்றிய குழந்தைக்கான மூலிகைக்குச் சென்றபோது அந்தப் பாகெ மரம் இடியால்

சிதைந்திருந்தது. துண்டாகி வீழ்ந்திருந்த அதன் பகுதியைக் கண்டதும் சாஜனுக்கு இவ்வெண்ணம் உதித்தது. அதன் முறிந்து விழுந்த சிறுபகுதியைக் கொண்டுவந்து இந்தப் பெட்டியை அவனே செய்திருந்தான். அவன் நினைத்ததைப் போலவே, அரெ பெட்டில் கிடைக்கும் இம்மூலிகையை இந்தப் பெட்டியின்மேல் வைக்க விரிந்துகொடுத்தது. சாஜன் அதிசயத்தான். அன்றுமுதல் இப்பாதிப்பிற்குக் கோடுபெட்டிற்குச் செல்லவேண்டிய அவசியமில்லாமல் போனது. இந்த நிலையை உருவாக்கிய சாஜனின் பெயரால் இது, சாஜ பெட்டி என்றே பெயர்பெற்றிருந்தது. இன்று இம்மருத்துவம் குப்பெக்கு வசப்பட்டிருந்தது.

3

சாஜ பெட்டியைக் குப்பெ வெறித்தாள். கண்ணீர் திரண்டிருந்த அவளின் கண்களுக்கு அது தெளிவாகத் தெரியவில்லை. ஆனால், அவளின் மனதில் உருவேறி யிருந்த அப்பெட்டியின் பிம்பத்திற்கு அதுகுறித்த கவலை யில்லை. அது விகாரமாய் சிரித்தது. தன் ஆதி நினைவை அணியமாக்கி சிலுப்பியது. அவளது பொக்கைவாயில் வழிந்த கண்ணீர் உதடுவழி வாய்க்குள் இறங்க, பொக்கை வாயைச் சப்பிக்கொண்டு அவளின் முனகல் தொடர்ந்தது. ஓகமனெக்குச் செல்லும் மதிலின் குறுக்குச் சுவரோடு கால்நீட்டி அமர்ந்தாள். அடங்காமல் கண்ணீர் வழிந்தது. நினைவுகளும்தான்... அவள் அவிழ்ந்து கொண்டிருந்தாள். அல்ல, அவிந்துகொண்டிருந்தாள்.

அந்தப் பெட்டிக்குள்ளிருந்து அதன் மூடியை உதைக்கும் சப்தம். 'தடக்.. தடக்.. தடக்... தடுக்.. தடக்.. தடுக்.. தடுக்.. தடுக்கு..' மனதை உலுக்கும் ஒலிகள் எல்லையின்றி மிகுந்து தொடர்ந்தன. அவளின் மூளைக்குள், மனதிற்குள் ஓயாமல் 'தடுக்.. தடக்.. தடுக்.. தடக்...' தலையைப் பிடித்துக்கொண்டாள். அவளது முதிர் கையில் புடைந்திருந்த நரம்புகள் ஆங்காங்கே துடித்தன. கேவி கேவி அழுதாள். அவளின் அங்கங்களெங்கும் 'தடக்.. தடுக்.. தடக்... தடக்.. தடக்.. தடுக்.. தடுக்...' அவள் வரைந்த வரலாறு அவளை வதைத்துக்கொண்டிருந்தது.

அதை எண்ண எண்ண அவளின் அடிவயிறு பதறியது. அவளின் கேவல் கேளாது தொடர்ந்தது. உள்ளங்கைகளை விரித்துத் தன் நெற்றியை அவளே அடித்துக்கொண்டாள். யாரோ வருவதையுணர்ந்து, உள்ளங்கையில் இறுக்கமாய் முகம்புதைத்துத் தொடர்ந்து அழுதாள். வரலாறு அவளை விடாமல் வதைத்துக்கொண்டிருந்தது.

“ஹெத்தே*.. ஏய்! ஹெத்தே...

ஏய்! ஹெத்தே... என்ன இதெல்லா...

இதுக்குப் போயி...

ச்சே... நா நெனெச்சே”

முகத்தை இறுக மூடியிருந்த அவளின் கைகளை விரித்தான் போஜூ. தூறலுடன் விரிந்த அடர்காற்றில் விலகித் திரும்பும் குடைபோல அவள் கரங்கள் விலகிக்கொடுக்கவில்லை. மீண்டும் சற்று வலுகொண்டு விரித்தான். முடியவில்லை. அந்த வயதிலும் அவை அவ்வளவு வலுவாயிருந்தன. ஆனால், அவளின் முகத்தில் மட்டும் என்றும் மாறாத குழந்தமை. கண்ணீர் வழிந்துகொண்டிருந்தது. கைகளை முகத்தில் புதைத்தவாறே உள்ளங்கையால் மேலும்கீழும் அழுத்தித் தேய்த்துக் கண்ணீரைத் துடைத்தாள். இல்லை... இல்லை... கண்ணீரைப் பூசினாள். முகத்திலிருந்து மெதுவாகக் கைகளை விலக்கினாள். அவளைப் பாவமாய் பார்த்தான் போஜூ.

அந்தப் பெட்டிக்குள் வைத்திருந்த அதே முகம். அந்தப் பெட்டியை ஓயாமல் தட்டிய அதே பிஞ்சுக் கைகள். அந்தக் கைகளைப் பற்றினாள். மீண்டும் கண்ணீர் களேபரம்.

“நா, தப்புப் பன்னிட்டே போஜூ....

நா, பெரிய தப்புப் பன்னிட்டே”

அவனது தாடையை வலக்கரத்தால் பிடித்துக் கெஞ்சினாள்.

முழுக்க கண்ணீரில் முழ்கித் துடிக்கும் அவளது இமைகள், நடைப்பாதை குழியில் தேங்கிநின்ற மழைநீரில் முங்கிக் குளிக்கும் கொட்டடக்கிலுப் பறவையைப்போல சிலிர்த்தன.

---

* பாட்டி

தன் இடக்கரத்தால் அவளின் தோள்களைப் பற்றினான் போஜூ. வலக்கரத்தால், நிற்காமல் வழிந்துகொண்டிருந்த அவளின் கண்ணீரைத் துடைத்தான். அது ஓய்ந்தபாடில்லை. மழையில் நனைந்த தோலக்கிலின்* முகத்தை நிகர்த்த அவளது முகத்தைக் காண அவனுக்கு அய்யோவென்றிருந்தது.

"ஏ மண்டெ, அத விடு... அதனாலென்ன.. அவ இல்லாட்டி இன்னொருத்தி...

அதுக்குப்போயி இப்படி சின்னக் கொழுந்தயாட்டோ...

எந்திரி மொதலெ... மொகத்த கழூவு"

ஆங்காங்கே இளநரை குளித்த தனது தலையைத் தடவிக்கொண்டே அவன்சொன்ன ஆறுதலைக் கேட்டும் அவளின் துக்கம் விடுவதாயில்லை. எதிர் சுவற்றினை வெறித்தவாறே அமர்ந்திருந்தாள். அவன் எதுவும் போசாமல் எழுந்து சென்றான். அவனுக்குத் தெரியும். அவள் தெளிய இன்னும் சற்று நேரமாகுமென்று. அவளைத் தனிமையில் விட்டுச் செல்வதுதான் நல்லதென்பது அவனது நெடிய அனுபவம். அவளின் நெடியாத சுபாவமது. எதுவாக இருந்தாலும்சரி, அது, கோபமோ, அன்போ, ஆனந்தமோ, ஆற்றாமையோ நெருப்பில் நன்கு காய்ச்சிய பாக்கனா**வைப்போல தொடங்குவாள். முடிவோ, அதன்மீது அடைமழைப் பொழிந்ததைப்போல பெரும் அதகளத்தோடுதான் இருக்கும். அது உடனே ஆறினாலும், அந்த ஆற்றாமையின்வாசம் சற்றுநேரம் தவழ்ந்திருப்பதைப்போல அவளின் வார்த்தைகளும் தவழ்ந்திருக்கும். அவளைப் புரிந்துகொள்ளாதவர்களுக்கு அந்த வாசம் வெறும் கருகும் நாற்றமே.

4

போஜூக்கு அப்பாடா என்றிருந்தது. இது எத்தானவது முறையென்று அவனுக்குத் தெரியவில்லை. பொழுதுபோகாமல், விளையாட்டாக, இதுவரையிலான அவனது பெண்பார்க்கும்

* வௌவால் வகையின பறவை

** தாழிக்கும் பெரிய இரும்புக் கரண்டி

படலங்களை அசைபோட்டான். கணக்கில்லாமல் சென்றது. ஒவ்வொருமுறை கிளம்பும்போதும்,

‘எவ்வே... இவனுக்குப்போயி பொண்ணில்லாம போயிடுமா?

எவதா இல்லேனு சொல்லுவா...

யாரந்த கொடுத்து வச்சவளோ...’

நீளும் வாழ்த்துமொழியோடு அவனை வாழ்த்தியனுப்பாத ஆளே அவ்வூரிலில்லை எனலாம். ஆனால், வாழ்த்த ஆரம்பிக்கும்போதே அவனது விவரம் தெரிந்தவர்களின் உள்மனதில் அவனுக்குப் பெண் கிடைக்கப்போவதில்லை எனும் உறுதி உதித்திருக்கும். அது அவனுக்கும் தெரியும். அவர்கள் அவனோடு பேசும் முகபாவமே, தொடக்கத்திலேயே அவனுக்கு அதைக் காட்டிவிடும். இங்கிதம் அவனைத் தக்கவைத்திருக்கும். அவன் அங்கிருந்து கடந்தவுடனேயே,

‘அய்யய்யோ.. பாவமில்லே.. நல்ல பைய..

கெட்டப்பழக்கோ எதுவுமில்லாத அதிசயமானவா...

மரியாதேனே... அவ்வளவு மரியாதே...

இந்தக் காலத்துலே இப்படியொரு பையனா..

இருந்து, என்னப்பன்ன.. சோதனே..

ஆனாலு, இப்படியொரு சோதனே வரக்கூடாதப்பா..

அந்தக் குப்பெ இருக்காளே... எல்லா அவளாளே தா..

இன்னேரத்துல புள்ளே குட்டியோட வாழவேண்டிய பைய..

என்ன சோதனெயோ...

இவே, அப்பவே அவ பாட்டிக்கூட போயிருக்கலா..’

அவனது முக்காலத்தையும் உணர்த்தும் இந்த உரையாடலை நிகழ்த்தாதவர்கள் அவ்வூரில் எவருமில்லை எனலாம்.

குப்பெயுடன் சிரித்துப்பேசும் பலபேர், அவளுக்குத் தெரியாமல் போஜுவிடம் அவனது அம்மாவழி

பாட்டியிடம் செல்லச்சொல்லி பலமுறை வாற்புறுத்தியதுண்டு. அவனும் மறுமொழியோ, சலனமோயின்றி தலையை ஆட்டிக்கொண்டே கடப்பான். அல்லது கிடப்பான்.

குப்பெ தன் தந்தையைப் பெற்ற தாயில்லை என்பதை அறிந்தபுதிதில், அவள் தனது தந்தையின் தாய்க்கு இழைத்ததாக ஊரார் கூறும் அநீதியைக் கேள்விபட்ட புதிதில் அவனுக்கும் அப்படித்தானிருந்தது. அப்போதெல்லாம் கடக்கோடு ஊரிலிருக்கும் தன் அப்பனின் தாய்வழி பாட்டியிடம் சென்றுவிடலாமென பலமுறை துணிந்தான். ஆனால், மழைநீரில் குளித்ததுப்போன்ற குப்பெயின் கண்கள் அவனைத் தடுத்தன. இன்றும் அதுதான் தடுக்கின்றன.

தவறு செய்துவிட்டோமோ எனும் எண்ணம் அவனை அலைத்தாலும் தன் தந்தை மல்லனின் இறப்பின்போது அவரின் முகங்காணக்கூட வராத தன் தந்தைவழிப் பாட்டியின்மீது அவனுக்குப் பெரும் கோபமிருந்தது. அவனுக்கு லேசாக விபரம்தெரிந்ததிலிருந்து, அங்கு நடப்பது அவனுக்கு ஓரளவு புரிந்திருந்தது.

'தாய கொன்னவனா இருந்தாலு, தலெவாசல தாண்டி வந்துட்ட தலெயில கட்டிய வெள்ளெத் துணிய விரிச்சு வரவேற்கனும்பாங்கா..

என்னதா இருந்தாலு செத்தவன மொகங்கூட பார்க்காம என்ன மனுஷியோ...

பாவோ... அவ மனசுலே என்ன நொந்தாளோ...

அவ பாவோ, அவள திங்கட்டு...'

அரசல்புரசலாக அக்கம் பக்கத்தார் பேசியது அவனது நினைவுக் கதம்பத்தின் கறுப்புப் பக்கத்தில் கரைந்திருந்தது. தன் கதை தெரிந்தபிறகு அது, தெளிவாக மீண்டெழுந்தது.

அவனது தந்தையின் சாவில், தாய் ஸ்தானத்தில் எல்லா சடங்குகளையும் முன்னின்று செய்த குப்பெயை அங்குக் கூடியிருந்த எல்லோரும் வேண்டாவெறுப்புடனேயே அணுகினர். அந்தக் கோர மரணத்திற்கு அவள்தான் காரணமென அனைவரும் நம்பினர். துக்கம்பகிர

மண்டெகொட்டாமல்கூட* பலரும் காரணமின்றி விறைத்திருந்தனர். அவளிடம் மருத்துவ உதவிபெற்ற சிலபேர் கடப்பாட்டிற்காக அவளைச் சகித்திருந்தனர்.

இன்றும், வீட்டின் இதமனெயின் பக்கவட்டுச் சுவற்றில் மட்டப்பட்ட தன் தந்தையின் புகைப்படத்தைச் சில நிமிடங்கள் கூர்ந்து பார்த்தாலே மயங்கி விழுந்துவிடும் குப்பெயைக் காணும்போதெல்லாம் போஜூ அன்பின், உறவின் துலாகோலாகிவிடுவான். யார் பெற்றிருந்தால் என்ன? அன்பையல்லவா பெற்றிருக்க வேண்டும்... என நினைத்து தன்நிலை சரிதானென அவன் ஆசுவாசம் அடைவதுண்டு.

குப்பெ செய்தது சரியா? தவறா? எனும் குழப்பத் திலிருந்து அவன் தெளிந்திருந்தாலும், ஊரில் இந்த விவாதம் நாள்தோறும் நொடிக்கு நொடி தொடர்ந்தது. அதிலும், பெண்பார்க்கும் படலம் நடக்கும்போதெல்லாம் இந்த விவாதம் புயல்போல் வீரியத்துடன் எழுந்து மெதுவாகக் கரைகடக்கும். குப்பெயால் இந்தக் கறைக்குக் இன்றுவரையும் கரைகாண இயலவில்லை.

போஜூவே நடந்ததை நன்கறிவான் என்பது அவளுக்குத் தெரியும். ஆனால், இதுவரை அவளும், அவனும் ஒருவருக்கொருவர் தெரிந்ததாகக் காட்டிக்கொண்டதில்லை. பரஸ்பரம் தொடர்ந்தது. அவளோ, அந்தச் சாபத்தை எப்படியேனும் தகர்த்துவிட வேண்டும்... அது சாபமல்ல... அது சாபமல்ல... அது அன்பு... பேரன்பென்று ஊரிற்கு எப்படியாவது காட்டிவிடவேண்டுமென தவித்தாள்.

இந்தச் சாபத்தைத் தகர்க்கும் நாளிற்காய், போஜூவின் மணநாளிற்காய் எல்லாவற்றையும் தயார்செய்து வைத்துக்கொண்டு துடித்தாள். அவனுக்கு உறுதிசெய்யும் பெண்ணிற்குப் பரிசமாய் அளிக்க, நடைமுறையிலுள்ள இருநூற்றி ஒன்றேகால் பணத்திற்குப்பதில் இரண்டா யிரத்து ஒன்றேகால் பணம் தரவேண்டுமென அவள் திட்டமிட்டிருந்தாள்.

'மேல்கேரி** மாதி ஆயிரத்து ஒன்னேகால் கொடுத்தா.

* லேசாக மேல்தலையை முட்டி துக்கத்தைப் பகிர்ந்துகொள்ளும் சடங்கு

** மேல் தெரு

நா அதவிட ஆயிரோ கூடுதலா… அதுலே நூறு காசு தங்கத்திலே…' என்று விதந்தோதி, பெருங்கனவுகண்டு, அதற்குத் தயாராகவும் இருந்தாள். வாராந்திரம் வாங்கும் தேயிலைப்பணத்தில், மேலட்டித் தோட்டப்பணத்தை இதற்கெனவே ஒதுக்கியிருந்தாள். அதை, வேலுமணி ஜூவல்லரியில் பணிபுரியும் தன்னூரினைச் சார்ந்த தொந்தெக்குக் கொடுத்துவந்தாள். அவனும், அதை தம் நகைக்கடையில் நடத்திவரும் நகைச்சீட்டில் கட்டிவந்தான். ஒரு பவுனளவிற்கான காசு சேர்ந்ததும் அவன் ஒரு தங்க நாணயத்தைக் கொண்டுவந்து குப்பெக்குத் தந்துவிடுவான். இன்று அக்கணக்கு இருநூற்றிற்குமேல் சென்றிருந்தது.

ஆண் மற்றும் பெண் வீட்டின் உற்றார்கள் சூழ்ந்திருக்க, நடுவில் வைக்கும் அளவைப் படியில், ஆண்வீட்டின் மூத்த ஆண், தான் வெள்ளைப்பையில் கட்டிக் கொண்டுவந்திருக்கும் பரிசல் பணத்தைப் பிரித்து, ஒவ்வொரு ரூபாயாக, அங்குக் கூடியிருப்பவர்களுக்குக் காட்டிக்கொண்டு, ஒரு இலட்சம், இரண்டு லட்சம் என்று லச்சங்களில், உரக்க வாய்விட்டு எண்ணிக்கொண்டு போடவேண்டும். இது தொடர்ந்து கடைசியில் இரண்டு கோடியில் முடியும். இது முதலில் சிறு தங்கத்துகளோடு ஆரம்பிக்கும்.

முறைபடி, குப்பெயின் குடும்பத்தில் இச்சடங்கிற்குரிய கோடனும் குப்பெயும் இந்தப் பணத்தை எண்ணி இடும்போது இது எத்தனைக் கோடியில் முடியும்… அதுவரை பெண்வீட்டார் பொறுமை கொள்வார்களா… போன்ற கவலைகள்குறித்து எண்ணாத நாளில்லை எனலாம். அந்த நாளிற்காய் அவள் துடித்துக்கொண்டிருந்தாள். நடந்தால் பார்ப்போம் என்று கோடனுக்கும், நடந்துவிட வேண்டுமென்று குப்பெக்கும் நம்பிக்கையின் கீறல்கள் கணக்கில்லாமல் கடந்துகொண்டிருந்தன.

இப்போதெல்லாம் கோடனுக்கு முற்றியிருந்த மூச்சு நோயையெண்ணி குப்பெயின் கவலை இருமடங்கானது. வயது 85 ஐ நெருங்கும் அவன் புகைப்பிடிக்கப் பழகி 70 ஆண்டுகள் என்பது அவனின் கணிப்பு. நாளொன்றிற்கு மூன்றுகட்டு மதன் பீடியின்றி அவனது நாக்கின் அரிப்பு

அடங்காது. அதிலும், சிறுவயதிலிருந்து அவனுக்கிருந்த உப்பச* நோய்வேறு. பீடியைப் பற்றவைக்கும்போதே மூச்சு இழுத்துத் தொடர் இருமல் தோன்றும். கண்கள் சிவக்க, தாடையை விரித்து, வாயை அகலத்திறந்து, ஓங்கி இருமிக்கொண்டே, விடாது, அடுத்தடுத்துப் பீடியை வழிப்பதிலேயே அவனுடல் பிடிமானங்கொள்ளும். ஒவ்வொரு பீடிக்கும் இது அவனுக்கு நிகழ்த்தகவு; புதிதாகப் பார்ப்பவர்க்குப் பெரும் அசூயை. கோடனின் எண்பது ஆண்டுகளில், அவன் மருத்துவமனையை மிதித்தது கடந்த ஒரேமுறைதான். பகுதி ஆண்டுகள் அவனது உப்பசம் குப்பெயின் கைமருந்திலும், கற்பூறக்கொட்டையிட்டுக் காய்ச்சிய நீரிலிருந்து எழும் ஆவியிலும் மட்டுப்பட்டிருந்தது.

கடந்தவாரம், எவ்வளவு சொல்லியும் கேளாமல், கோத்தகிரி புளூமவுண்ட் பாரிற்குச் சென்று, வெளிநாட்டு மதுபானத்தில் ஐஸ்போட்டு குடித்த விளைவு. கோடனுக்கு நெஞ்சு பலமாகக் கட்டிக்கொண்டது. ஒருவாரம் படுக்கை யிலிருந்த அவனுக்கு எந்தக் கைமருத்துவமும் கைதரவில்லை. நெஞ்சிலிருந்து எழுந்த கபத்தின் ஒலியும், எவ்வளவு இருமினாலும் துளிகூட கபம் வெளிவராத நிலையும் அவன் பிழைப்பானா? எனும் சிறு அச்சத்தைக்கூட குப்பெக்குக் கூட்டியிருந்தது. அனால், வைரம்பாய்ந்த உடம்பு. மருத்துவமனைக்குச் சென்றதும் தப்பிவிட்டது. மருத்துவ உபகரணத்தால் நெஞ்சிலிருக்கும் கபத்தை அகற்றியிருந்தனர். அவனை அழைத்துச் செல்லும்போதே குப்பெ தெளிவாக அறிவுறுத்தியிருந்தாள். ‘முடிஞ்சளவுக்கு மிசின்ல கபத்த எடுக்காம பாத்துக்கோங்க’ என்று பலமுறை கத்தி கத்திச் சொன்னாள். ஆனால், நிலைமை கைமீறியிருந்தது. தாடைகள் உள்ளொடுங்கி, கண்கள் குழிந்து, மூக்குவழி மூச்செறியவியலாது, வாய்வழி மூச்செறிந்து கொண்டிருந்த கோடனைக் காண காண யாராலும் சகிக்கவியலவில்லை. குப்பெயின் பயம் மேலும் கூடியிருந்தது. அவளது அனுபவத்தில் மருத்துவ உபகரணத்தைக்கொண்டு கபம் நீக்கியவர்கள் நீண்ட நாட்களுக்கு உயிர்த்திருந்ததில்லை.

கோடனின் காலத்திலேயே போஜூவின் திருமணத்தை நடத்திடவேண்டும்... அவன்தான் இதற்குப் பாங்கு...

* மூச்சு

அவனுக்கு அடுத்துப் பாங்காய் யாருமில்லை... எனும் கவலைகள் குப்பெயை அகைத்து அலைத்தன. சமீபமாக தனது கேரிக்குவரும் யாரைக் கண்டாலும் அவர்களைப்பற்றி விசாரிப்பதை விட்டுவிட்டு, முதலில் கோடனைக்குறித்து விசாரிப்பதே அவளுக்குப் பழக்கமாயிருந்தது. இம்முறை நிச்சயம் இது நிறைவேறிவிடும் என்ற நம்பிக்கையில் இச்சடங்கிற்கென கோடனுக்குக் கொடுத்தனுப்ப, ஊரிற்கு வந்திருந்த மூலத்தொரெ செட்டியிடமிருந்து குத்தண்ண சீலெயும்*, மல்லு மண்டரெயும்** வாங்கியிருந்தாள். அதையும் சாஜ பெட்டியுள் பத்திரப்படுத்தியிருந்தாள்.

மரபு, மருந்து, சடங்கென்று மூவறைகளைக் கொண்டிருந்த அப்பெட்டியில் சடங்கிற்கான பகுதியைப் பெரும்பாலும் போஜூவின் திருமணப் பொருட்களே கொண்டிருந்தன. அப்பெட்டியுள் திருமணப் பொருட்கள் இருப்பது பெரும் ஆசிர்வாதம் என்பது நம்பிக்கை. அவனது திருமணத்திற்கான அனைத்தும் அப்பெட்டியுள் நிறைந்திருந்தன. அதோடு, குப்பெக்கான சாபமும்...

இதுவரை அப்பெட்டியுள் நிறைந்திருந்தது பேரன்பென்று எண்ணிக்கொண்டிருந்தவள், ஊராரின் ஏச்சாலும், போஜூக்குப் பெண் அமையாததாலும் அவளும் அதைச் சாபமென்றே எண்ண ஆரம்பித்தாள்.

5

குப்பெ, தான் அமர்ந்திருந்த இடத்திலிருந்து துளியும் விலகவில்லை. இன்று நடந்ததிலிருந்து அவளால் மீள இயலவில்லை.

இன்று காலை, கூகெதொரெ ஊரில் பெண்வீட்டில், அவளுக்கு முன்னால் அல்ல, பின்னால் பேசப்பட்ட வார்த்தைகள் அவளைக் குடைந்துகொண்டிருந்தன. அவளுக்குக் கேட்கவேண்டுமென்றே அவர்கள் அப்படிப் பேசியிருக்கலாம். அதை ஆற்றவியலாது துடித்தாள்.

---

* மேற்போர்வை

** தலைப்பாகை

அவ்வார்த்தைகளை எண்ணி எண்ணி நொந்தாள். தன் பின்னந்தலையை லேசாகச் சுவற்றில் முட்டினாள். அவளின் கூன்விழுந்த பின்னங்கழுத்தே அச்சுவற்றில் முட்டி எக்கியது.

அவளது வலக்கரத்தின் விரலிடுக்கில் ஏறியிருந்த காரம் லேசாக உறைத்தது. மெலிந்து தேய்ந்திருந்த அவளின் கரங்கள் இப்போதெல்லாம் அப்படித்தான். லேசான காரத்தைத் தொட்டாலே எரிய ஆரம்பித்துவிடும். ஆனால், அவளோ பெருங்காரம் உண்பவள். அவளின் கைகளுக்கு உறைப்பது நாக்கிற்கு உறைப்பதில்லை. அவளின் கைக்கும் நாக்கிற்கும் இப்போதல்ல அப்போதிருந்தே சரிசமமில்லை. இது, இப்போது இவளின் கைக்கும் ஊராரின் வாய்க்குமாய் தொடர்ந்தது.

வலக்கரத்தை அகட்டிப் பார்த்தாள். தொடர்ந்து கண்ணீர் பனித்த கண்களுக்கு அது மங்கலாய் தெரிந்தது. இமைகளைச் சுருக்கி அகட்டி பார்வையைத் தெளிவாக்கிக்கொண்டு கையை முகர்ந்து பார்த்தாள். பெண்வீட்டிலுண்ட அவரைக்குழம்பின் வாசம். அது விரலிடுக்கில் எரிச்சலூட்டிக் கொண்டிருந்தது.

இன்று பெண்வீட்டை அடைந்ததும் அவர்கள், ‘வயசானவங்க, அதிலேயு வராதவங்க வந்திருக்கீங்க.. காரமா எம்மெ அவரெக்* கொழும்பு செஞ்சிருக்கு.. மொதலெ நீங்க சாப்புடுங்க.. அப்புற பேசிக்கலா...’ என்றதும், வந்தது நிறைவேறிவிட்டது என்ற மகிழ்ச்சியில் அவள் திருப்தியாக உண்டாள். கண்டிப்பாக மறுசோறு வாங்கவேண்டுமென்ற நிறைவில் உண்டாள். பெருமகிழ்வோடு மறுசோறும் வாங்கினாள்... அதை எண்ண எண்ண அவளுக்குப் கோபம் கொப்பளித்தது. வலக்கரத்தால் தரையை ஓங்கி அறைந்தாள். அவள் மனது நொந்துகொண்டிருந்தது. நிலத்தை அறைவது பாவம். இதுவரை அவள் இப்படி நடந்ததில்லை. மனம்வருந்தி நிலத்தைத் தொட்டு முத்தமிட்டாள்.

அவளது கண்களில் கண்ணீர் மலிந்திருந்தது. கண்களை இறுகமூடி பெருமூச்செறிந்தாள். மனம் முழுதும் அப்பெட்டியே நிறைந்திருந்தது. அது தனது மூடியைப் ‘படக் படக்கென’ திறந்து, மூடி.. தன் சிறு இடுக்கின்வழியே கடந்த நினைவுகளைக் காட்டி காட்டி அகோரமாய் சிரித்தது.

---

* எருமைநிற அவரைவகை

அப்பெட்டியினுள்ளிருந்து தீடிரென வெளியே வந்துவிட்ட குழந்தையின் விரலை அதன் கனமான மூடி நசுக்கிவிடுமோ... எனும் மனக்காட்சி. என்றும் தலையை அழுத்திக் குடையும் அக்காட்சி இன்று அவளைச் சற்று அதிகமாய்க் குடைந்தது.

தளாத விரக்தியில் தன் பொக்கைவாயின் உள் கன்னத்தை இடுக்கி, உள்ளே இழுத்துக் கொண்டாள். உள் கன்னச் சதையினை முடிந்தளவிற்கு இழுத்துப் பல்லில்லாத தன் ஈறுகளால் கடித்துத் தன் கண்களை இறுக்க மூடினாள். இடதுச் சுண்டுவிரலின் உள்புறத்தில், முதல் கணுவிற்கு மேலமைந்த மச்சத்தோடு அப்பெட்டிக்கு வெளியே மீண்டும் அக்குழந்தையின் கை... மேலும், கண்களை இறுக்கிக்கொண்டு அக்காட்சியை மாற்ற எண்ணினாள். முடியவில்லை. அவள் மனம் அவள்வசமில்லை.

• • •

அந்தப் பெட்டியது மூடியின் கனம் அவளுக்குத் தெரியும். அதற்குப் பழகிய தொடக்கத்தில், தன் இரு கரங்களாலும் அப்பெட்டியின் மூடியிலுள்ள தாழ்ப்பளைப் பிடித்து, முக்கி முனகி வயிற்றோடு சேர்த்து மேலிழுத்துத் திறக்க வேண்டும். அதேபோல, மூடும்போதும் அப்படித்தான்... அந்தத் தாழ்ப்பாளை இரு கைகளாலும் பிடித்து, வலுகொண்டு கீழே இறக்கி, ஒரு புறமாக ஒருக்களித்து, இடுப்போடு சேர்த்துக் கவனமாக மூடவேண்டும். இந்தப் பெட்டியின் வலுமுடிச்சே அதன் தாழ்ப்பாள்தான். கேருபென்னு ஊரைச்சார்ந்த ஆசாரி போக்கன் இந்தப் பெட்டியைப்போல ஒன்றை செய்யவேண்டுமென வந்துபார்த்தவன் வியந்துபோனான். குறிப்பாக, அதன் எடைமிகுந்த, பயன்படுத்த லாவகமான இந்த மூடியைக் கண்டு, ‘அடே... இதுபோல சத்தியமா முடியாதுப்பா... எவனாலு முடியாது...’ என்று அதைத் தொட்டு வணங்கி, வியப்புடன் சென்றதன் பெருமிதம் அன்று குப்பெக்குப் பூரிப்பைக் கூட்டியது. அவனது கணவன் புகுரி காகெக்கும் தான். இன்றும் அதை நினைத்தாலே பூரிப்பிற்குப் பஞ்சமில்லை.

‘ஏய்... குப்பெ, இந்தப் பெட்டிய தொறக்கும்போது சாக்கிரதே..

என்ன கூப்புடு.. தெரியுமா? தெறக்கரது ரொம்ப கஷ்ட்டோ..

அதெலேயு, மூடுறது ரொம்ப ரொம்ப கஷ்ட்டோ..

ரொம்ப கவனமா இருக்கனு..

தெறந்துட்டு எதோ ஒரு கவனத்துல இருந்திட்டா, அவ்ளோதா... பெட்டிய லேசா ஆட்டுனாலே போது... படாரென மூடிரு...

இதோ... எங்கையப் பாரு

ஏதோ, ஏ பாட்ட சாஜன புடிச்சதாலே... கோடுபெட்டு மரமானதாலே நா தப்பிச்சே... இல்லே, உசுருக்கே ஆபத்துதா'

திருமணமான புதிதில், அப்பெட்டியின் மூடிபட்டுத் துண்டான தன் சுண்டுவிரலைக் காகெ காட்டிய நினைவை, அப்பெட்டியின் ஒவ்வொரு திறப்பும் அவளுக்கு அறைகூவியது.

அத்தகுக் கனமான இந்தப் பெட்டியை, அவள் இரண்டுமுறை ஒற்றைக் கையாலேயே திறந்திருந்தாள். அதுவும் இடதுகையால்...

குப்பெ, அந்த வீட்டிற்கு ஒருவகையில் தூரத்துச் சொந்தம். அவளின் பாட்டியின் பாட்டி எட்டாவது பிரசவத்தில் தவறிபோக, காகெயின் பாட்டியின் பாட்டியின் தங்கை அந்த வீட்டிற்குச் சென்று குழந்தைகளை வளர்த்துத் தந்தாள். அதிலும், அவர்களை வளர்ப்பதற்காகவே அவள் திருமணம் செய்துகொள்ளவில்லை. இரத்த உறவில்லையென்றாலும் அன்பின் உறவால் இவ்வீட்டின் உறவு விட்டுப்போய்விடக்கூடாதென இவ்வீட்டிற்குக் குப்பெயைத் தந்திருந்தனர்.

குப்பெ வந்ததுமுதல் எல்லாமே மேலும் செழிப்பானது. காகெயின் அம்மா காங்கிக்கு எல்லையில்லா மகிழ்ச்சி. அன்யோன்யம் கரைபுரண்டது. இந்த வீட்டிலிருந்து சென்ற அந்தப் பாட்டியைப்போலவே இவளென்று சொல்லாத ஆட்களேயில்லை. அந்தப் பாட்டியின் பெயரும் குப்பெதான். அந்தப்பாட்டி பிறந்ததும் புகுரி சாஜனின் எருமை மந்தை

ஆயிரம் உருப்படிகளை எட்டியதின் மகிழ்வில் அக்குழந்தைக்கு எருமை மந்தைகளின் குவியலைக் குறிக்கும் குப்பெ என்று பெயரிட்டிருந்தார்.

இந்தக் குப்பெயும் அப்படிதான். எல்லாவிதத்திலும் அந்தக் குப்பெயைப் போலதான். அழகுமுதல் ஆற்றல்வரை எல்லாமுமே நிறைந்திருந்த இவளுக்குக் காலம் ஒரு பெரும் குறையைத் தந்திருந்தது. அவள் இவ்வீட்டில் புகுந்து பத்து அறுவடைகள் கடந்தும் அவளுக்குக் கருநிலைக்கவில்லை. ஊரிலிருக்கும் குழந்தைகளுக்கெல்லாம் மருத்துவம் பார்த்த அந்த இல்லத்திற்குக் குழந்தை வரமின்றி போனது. அதிலும், தெரிந்தவரை அந்த வீட்டிற்கான பதினெட்டாவது தலைமுறையைக் குப்பெதான் தரவேண்டிய நிர்பந்தம்.

'எவ்வளவு ஆண்டாலு என்னயிருக்கு... ஒத்த வாரிசுக்கு ஒப்பாகுமா...

இந்தப் புகுரி குடும்பத்திற்கா இந்த நெலமெ... பாவம்...

அந்தப் புகுரிப் பட்டோ இதோட முடிஞ்சுதா...'

ஊராரின் வார்த்தைகள் குப்பெயைப் பெரிதும் நெருடின... அவள் ஒரு தெளிவிற்கு வந்திருந்தாள்.

மேல்வீட்டு மல்லெ ஹெத்தெயின் கைவைத்தியம் கூடிவராதபோதே அவளுக்குத் தெரிந்துவிட்டது. காடுகிடு மூலிகையை அமாவசையில் பறித்துவந்து, வாயில் துணியைக்கட்டி அரைத்து, வெண்கலக் கோப்பையில் எடுத்து, வீட்டின் முற்றத்திற்குக் கொண்டுவந்து, நெருப்பில் காய்ச்சிய சொப்புக் கத்தியை* அதனுள் இட்டு அளிக்கும் குழந்தைப்பேறுக்கான அந்த மருந்தின்வாசம் முதல்முறையே குப்பெக்குக் குமட்டலைத் தந்தது. அப்போதே, மல்லெ ஹெத்தெ 'அய்யய்யோ...' என்றாள். அவள் 'ஏன்' என்று வினவ, 'ஒன்றுமில்லை' என மழுப்பியவள் அதைப் பருகக் கொடுத்தாள். ஒரு மிடறுக்குமேல் ஒரு துளிகூட இறங்கவில்லை. அவளுக்கு மேலும் குமட்டிக்கொண்டு வந்தது. அவளின் முதுகைத் தடவிக்கொடுத்த மல்லெ ஹெத்தெயின் கண்கள் கலங்கியிருந்தன. அப்போதே அவள் புரிந்துகொண்டாள்.

---

* ஒருவகை கதிர் அரிவாள்

மல்லெ ஹெத்தெயிடம் இந்த மருத்துவத்தற்கு வந்திருந்த அவளின் ஊரார் பேசிக்கொண்டது அவளுக்கு நினைவி லிருந்தது.

'மல்லெ தர்ற காடு மருந்து வாசத்துக்குக் கொமட்டிட்டா அவ்வளவுதா... இனி கொழந்தெயில்லெ...'

எப்போதோ கேட்ட நியாபகம். அப்போது அவளுக்கு லேசாக நினைவிலிருந்தது. மல்லெ ஹெத்தெ, குப்பெயின் தோ* அருகிலிருக்கும் தனது கூசலுக்கு**விறகுகட்ட வரும்போதெல்லாம், விறகைக் கட்டிக்கொடுத்து, அந்த வயதானவளைத் தூக்கவிடுவது முறையல்லவென்று அவளே தூக்கிவந்து இந்த வீட்டில் போட்ட... அன்றொருநாள் இந்த மருத்துவத்திற்கு ஓசநீரு*** எடுக்க ஜோனியாற்றிற்குச் சென்று திரும்பியபோது அந்தக் கும் இருட்டில் முட்டவந்த காட்டெருமையை அஞ்சாது நின்று, ஆட்காட்டிவிரலை நடுவிரலோடு பிணைத்து ஏதோ பாடம்சொல்லி வழிதிருப்பி தன் உயிரைக் காத்த... குப்பெயின் நினைவுகள் மல்லெயின் கண்களில் கனன்றன.

இந்த அச்செ மருந்திற்காக உண்ணாமல் வந்திருந்த குப்பெக்கு, எடுத்த வாந்தியில் வயிற்றின் அமிலம் எக்கி வாயெல்லாம் கசந்தது. கனிவு சுரக்க மல்லெயைப் பார்த்திருந்த அவளை, வெளிதெரியா கண்ணீரோடு உச்சந்தலையைத் தொடர்ந்து தடவிக்கொடுத்தாள் மல்லெ. 'அவளிடம்போய் இதை எப்படிச் சொல்வது. அவள் வீட்டாரிடம் எப்படிச்சொல்வது... இனிமேல் அவளின் வாழ்க்கை...' மல்லெக்குள் மலையென எண்ணப் போராட்டம். ஆனால், குப்பெயின் தெளிவு நீடியது.

'ஹெத்தெ.. நாளைக்கி இதே நேரமா'

என்றாள். அவளும் தலையை ஆட்ட, இருவரும் அறிந்திருந்தும் மனிதத்திற்காகவும் அன்பிற்காகவும் அந்த மருந்து காலம் முடிந்தது.

---

* எருமைத் தொழு

** விறகுக் குவியல்

*** புதுநீர்

மல்லெ முதல்முறையாக தன் மரபினை மீறியிருந்தாள். அம்மருந்தின் வாசம்பட்டு குமட்டிவிட்டாலே உடனே குழந்தைப்பேறின்மையைச் சொல்லிவிட வேண்டும். அதேபோல, இம்மருத்துவத்திற்கு முயன்று பயனில்லாமல் போனவர்களுக்கு இதை மீண்டும் முயலக்கூடாது... இம்மருத்துவத்திற்குரிய அந்த மிகவும் அரிய மூலிகையை அவசியமின்றி பறிக்கக்கூடாது.. போன்ற மரபுகளைக் குப்பெக்காக அவள் மீறியிருந்தாள்.

. . .

வீட்டாரின் நிறைவிற்காக, இம்மருத்துவத்தை மேற்கொண்டு மாதம் கழிந்ததும் குப்பெயின் வற்புறுத்தல் தொடங்கியது. அவள் வீட்டிலுள்ள யாருக்கும் சொல்லாமல் இரண்டொருமுறை எங்கோ புறப்பட்டுச் சென்றவண்ணமிருந்தாள். அவளின் இந்தப் புதுசெய்கை அனைவருக்கும் புரியாமலிருந்தது; புதிராகவுமிருந்தது.

அவளே சென்று பேலிதோ ஊரிலுள்ள, தனக்கு நன்கு தெரிந்த, ஒருவகையில் தூரத்துச் சொந்தமான பெண்ணொருத்தியைத் தன் கணவனுக்கு இரண்டாவது தாரமாக ஏற்பாடுசெய்திருந்தாள்.

செல்வமும், புகழும் செழிக்கும் அந்த வீட்டிற்குப் பெண்தர யார்தான் மறுப்பார்கள். அதிலும், முதல்தாரமே வந்து பெண்கேட்பதால் அவர்கள் விரைவாகச் சம்மதித்தனர். அதற்குள், அப்பெண்வீட்டாரின் பெரும் எதிர்பார்ப்பிருந்தது. அதையறியாதவள், அவர்கள் வைத்திருந்த சில நிபந்தனைகளுக்குக் கண்மூடித்தனமாக ஒப்பியிருந்தாள்.

. . .

குப்பெயின் செய்கை தெரியவந்தபோது காகெக்கு எல்லையில்லா கோபம் மூண்டது. அவளின் அத்தை காங்கிக்கு அதைவிடவும்...

'குப்பெ... நீ என்ன பைத்தியமா...

உன்ன யாரு கேட்டா... என்ன குடிமுழுகி போச்சீனு இந்த முடிவு...

எதுவுமே சொல்லாமே நீயே முடிவுபன்னிருக்கே...'

'ஏ உனக்கு இவ்ளோ அவசரோ... இப்பதானே அச்செ மருந்தெ குடிச்சிருக்கே... அதுக்குள்ளே... பொட்டி*...'

கணவன் மற்றும் அத்தையின் வசவுகளுக்குப் பொறுமைகாத்தாள்.

பெண்வீட்டிலிருந்து மண உறுதிப்பாட்டிற்கு வந்தவர்கள் முன்னறையில் அமர்ந்திருக்க, உள்ளே இப்படிப் பேசிக்கொண்டிருப்பது நகரிகமில்லையென்று அவர்களுக்குத் தெரியும். ஆனால், அவளின் இந்தப் புரியாத செய்கை அவர்களுக்குப் பெரும் குழப்பத்தை ஏற்படுத்தியிருந்தது. இதைக் கேள்விப்பட்டு மல்லெ அங்கு விரைந்து வந்தாள். குப்பெயும் அதற்காகத்தான் காத்திருந்தாள். மல்லெ வந்ததும் கண்ணீர் ததும்ப குப்பெயை ஆரத்தழுவினாள்.

'என்ன முதுக்கி**... என்ன ஹெத்தெ***...'

மல்லெக்கு வார்த்தைகள் குழறின. குப்பெ அவளின் கண்களைத் துடைத்து ஆறுதல்படுத்தினாள். அவளின் தெளிவு விடாது நீடியது. அவ்வறையைவிட்டு வெளியேறினாள்.

உள்ளே தன் அத்தை லேசாக சிணுங்கி அழும் சப்தம். அவள் அதைச் சரிகட்ட, வந்தவர்களோடு பேச்சுக்கொடுத்துக் கொண்டிருந்தாள். மேசுக்கு**** சென்ற இடத்தில் எதையோ கண்டு அஞ்சி பால்கட்டிப்போன எருமைக்கான மருத்துவம் குறித்து அவர்களோடு உரையாடிக்கொண்டிருந்தாள். பேலிதோவிலிருந்து வந்திருந்த ஊர் கவுண்டிக்கை***** கால்நடை மருத்துவத்தில் கைதேர்ந்தவர்.

---

* முட்டாள்
** பாக்குவப் பட்டவளே
*** பாட்டி
**** மேய்ச்சல்
***** தலைவர்

'ஒன்னுமில்லெ ஹெண்ணு*... காலையிலெ ஒணெய** ஜோனிக்குப்போயி கழுவி.. வீட்டுக்குக் கொண்டுபோகாம நேரா தோவுக்கு கொண்டுவந்து, அந்த எருமைகிட்டே வச்சிட்டு.. யாருக்கு தெரியாமே பூவெ*** பக்கமா ஒரு முழுத் தும்பெய பறிச்சிவந்து மாசிய**** நெனச்சு வலதுக் கையாலே அந்த ஒணெயிலே போட்டுடனு.. அப்பவே இது ஒடஞ்சுரு...'

விளக்கங்கள் தொடர்ந்தன. விருப்பமில்லையென்றாலும் குப்பெயின் சங்கடத்திற்காக, விருப்பத்திற்காக எல்லாமே முடிவானது.

• • •

மணநாள் வந்தது. அப்போதுதான் அந்தப்பெட்டியை முதல்முறையாக இடது கையாலேயே குப்பெ திறந்திருந்தாள்...

மணப்பெண் வீட்டிற்கு வந்தாயிற்று. ஒரெகூ சடங்கிற்காக அவளை இதமனெயில் அமரவைத்தாகிவிட்டது. அதற்கான மொரெ தய்கெ***** குறித்து யாரும் பிரக்ஞையற்று இருந்தனர். அவ்வீடே அப்படித்தான் இருந்தது. சடங்கு நிகழ்த்தும் பெரியோர்கள் அத்தட்டிற்காக எதிர்ப்பார்க்க, அவள் ஓடிச்சென்று அப்பெட்டியினை, அவசரத்தில் அவளையறியாமலேயே இடக்கரத்தால் திறந்திருந்தாள்.

சாஜ பெட்டியிலிருந்து வேக வேகமாக அத்தட்டினை எடுத்தவள், அதை மூடகூட நேரமின்றி, சடங்கிற்கான அவசரத்தில், பெரியவர்களைக் காக்கவைக்கக்கூடாது என்பதற்காக விரைந்துவந்து அதைக் கழுவ நின்றாள். முறைப்படி அவள்தான் அதைச் செய்யவேண்டுமென்றாலும் அவளைப் பார்ப்பதற்குச் சங்கடப்பட்டு, அக்குடும்பத்தின் மூத்த மருமகள் அதைப்பெற்றுக் கழுவினாள். குப்பெயின் பெரும் தெளிவு சற்றும் பிறழவில்லை. சூழலைப் புரிந்துகொண்டு அவள் நிதானமாய் நின்றிருந்தாள்.

---

* மகளே

** பால்கறக்கும் மூங்கில் கண்டி

*** சூரியன் மறையும் திசை

**** தெய்வம்

***** சடங்குத்தட்டு

மணமகளின் தாய் குப்பெயை வெறித்தாள். அந்தப் பார்வை அவளுக்குப் புரியாமலில்லை. இவள் அங்கிருப்பதில் அவளுக்குத் துளியும் விருப்பமில்லை. அதிலும், அருகிலிருப்பவளிடம் அவள் எதோ குசுகுசுவென பேசிக்கொண்டிருப்பதை அவள் ஓர்ந்தாள். அவளின் நோக்கம் தெளிவாகப் புரிந்தது. 'பிள்ளையில்லாதவள் இச்சடங்கில் இடம்பெறுவது முறையா' என்ற உரையாடல் லேசாகக் கேட்டது. ஆனால், அங்கிருப்பவர்களுக்கு இது குறித்த எண்ணம் துளியும் கிடையாது. தட்டைப் பெற்றுக்கொண்ட மூத்தவளும் இந்த நோக்கத்தில் பெற்றிருக்கவில்லை.

குப்பெ எப்படியென்று அங்கிருக்கும் எல்லோருக்கும் தெரியும். மூத்தவள் அதை முறைபடி, புளிப்புத் தன்மைகொண்ட உல்லாமஜிகெ செடியில், அதிகாலையில் அடுப்பிலிருந்து எடுத்த சாம்பலைத் தொட்டு கழுவ கழுவப் பொலிந்த தய்கெயைப்போலவே குப்பெயும் பொலிந்தாள்.

குப்பெயின் உரிமையைப் பங்குபோட வந்தவளின் உரிமைக்குறியீட்டுச் சடங்கின் நாயகமான அத்தட்டினை அவளே எடுத்துவர நேர்ந்ததையெண்ணி அவள் எவ்வளவு நொந்திருப்பாள் என்று வருந்தியவர்களுக்கு அவளின் செய்கையும் தெளிவும் பெரும் வியப்பினை அளித்தன. எல்லாம் தெளிந்த, கள்ள கபடமில்லாத நிறைவு அவள்முகத்தில், செயலில் சதிராடியது. 'அவளால் எப்படி முடிகிறது' எனும் வியப்பு அங்கிருந்த எல்லோரையும் வியப்பில் ஆழ்த்தியது. அவன் கணவன் காகெயையும்தான்.

குப்பெயை அருகில் வைத்துக்கொண்டு மணப்பெண்ணிற்கருகில் கூனிகுறுகி அமர்ந்திருந்தான் காகெ. அவள் முகத்தைக் காண கூசினான். இது நாகரிகமில்லையென்பதை அவன் நன்கறிவான். இந்தத் தர்மசங்கடமான நிலைக்கு ஆளாக்கிய குப்பெயின்மேல் அவனுக்குக் கோபம் மூண்டது. உடனே எழுந்து சென்றுவிடலாமா என்றுத் துடித்தான். குப்பெயை வெறித்துப்பார்த்தான். அந்தப்பார்வையும் அவளுக்குப் புரியாமலில்லை. முடிந்தளவிற்கு அப்பார்வையைத் தவிர்த்தாள். அவளுக்கு அப்பப்பா என்றாகிவிட்டது. வேண்டுமென்றே வேலையை உருவாக்கிக்கொண்டு அங்குமிங்கும் அலைந்தாள்.

தன்னை அவர் இப்படிப் பார்ப்பதை வந்தவளோ, சுற்றத்தாரோ கண்டுகொண்டால் என்ன நினைப்பார்களோ என்றெண்ண அவள் கண்கள் அல்லாடின. திரும்ப முறைத்து அவருக்கு அறிவுறுத்தினாலும் அது தவறாகிவிடும். இந்த அழுத்தத்தைக் குதிகாலால் தரையை அழுத்தி சமன்செய்து கொண்டிருந்தாள். அங்கிருக்கும் எல்லோரின் பார்வையும் அவளையே பரிதாபமாக வெறித்திருந்தன. அவர்களின் மனநோவு அவளுக்கும், அங்கிருப்பவர்களுக்கும் அப்பட்டமாகத் தெரிந்தது. குப்பெக்கு லேசாகப் பதறியது. எங்கே அவள் அஞ்சியது நடந்துவிடுமோ என்ற அச்சம்வேறு மூண்டு பெருகியது.

அந்தச் சூழலை உணர்ந்த மணப்பெண்ணிற்கு இந்த நிலை சிறு நெருடலாகவே இருந்தது. இது நாகரிகமில்லை. ஆனால், அன்பு நாகரிகம் பார்ப்பதில்லையே. இச்சம்மதம் உறுதியானதிலிருந்து மணப்பெண்ணின் வீட்டார் மணமகளை அறிவுறுத்தியதற்கு முற்றிலும் மாறாக இங்கு நடந்துகொண்டிருந்தது. அங்கு நிலவிய இறுக்கத்தைக் குப்பெ புரிந்துகொண்டாள். அங்கிருந்து விலக அவள் வழிதேடினாள். எல்லோருக்கும் கேட்கும்படி சத்தமாக,

‘அய்யோ... பெட்டிய மூட மறந்துட்டேனா...’

என்றவள் சட்டென அங்கிருந்து கிளம்பினாள். அந்த அவசரம் அவர்களுக்கும் நன்கு புரிந்திருந்தது. அவளை அங்கு நெடுநேரம் காக்கவைக்கலாகாது எனும் இங்கிதத்தில், வேண்டுமென்றே அவள்செய்த சமரசத்தில் சடங்குகள் நிறைந்தன.

அனைவருக்கும் அப்பாடா என்றிருந்தது. தன் வீட்டிற்குவந்த புதுவரவை, தன் கணவனோடு அமர்ந்திருந்த புதுமகளை வாஞ்சையோடு பார்த்தாள். அருகியோரெல்லாம் கள்ளமில்லா குப்பெயைக் கண்கொட்டாமல் பார்த்தனர். இந்த மாற்றம் இதுவரை எவரும் நிகழ்த்தாதவொன்று. ஏன், யாரும் யோசிக்காதவொன்று. கண்ணில் ஆனந்தக் கண்ணீர் ததும்ப தன் முடிவுக்கு ஒத்திசைந்த அனைவரையும் கனிவுடன் பார்த்தாள் குப்பெ. மல்லெ ஓடிவந்து அவளை இறுக்கி அணைத்தாள். அவள் கன்னத்தில் அழுத்தி

முத்தமிட்டாள். தொடர்ந்து அடுத்தடுத்து அத்தனை முத்தங்கள். அவள் எவ்வளவு அன்பைப் பிரசவித்திருக்கிறாள். காகெக்கும் அவளைக் கட்டியணைத்து முத்தமிடவேண்டும் என்பதுபோலிருந்தது. அதை அவனது பார்வையே செய்துகொண்டிருந்தது. இப்போது, உரிமைகூடிய மணமகளால் இதைச் சீரணிக்கமுடியவில்லை.

தன் கணவன் உட்பட அங்கிருக்கும் அனைவரும் அவள்மீது காட்டும் பரிவையும், அன்பையும் காண அவளுக்குத் துளியும் விருப்பமில்லை. அதை, அவள் துளியும் எதிர்பார்க்கவில்லை. உலகியல்படி இரண்டாவது திருமணம் என்று முடிவானாலே முதல்தாரம் வெறுக்கப்படுபவளாகத்தான் இருப்பாள். ஆனால், இங்கு நிலைமை முற்றிலும் மாறாக இருந்தது. அவளின் தந்தையின் ஆசைபடி, பேலித்தோவில் இருக்கும் காகெயின் குடும்பச்சொத்தான ஐநூறு மூட்டைக் காடும், இரண்டு தோவும், அந்த ஊரிற்கே நீராதாரமாக விளங்கும் சில்லாடா நீர்நிலையுள்ள ஆடா பூமியும் தமக்கு உரிமையாகிவிடும் எனும் எதிர்பார்ப்பில் வந்திருந்த மணமகளுக்கும், அவள் குடும்பத்தாருக்கும் இது பேரதிர்ச்சியாக இருந்தது.

வேறு எதிர்பார்ப்புடன் வந்திருந்தாலும் மணப்பெண்ணால் இங்கு நடப்பதை ஏற்றுக்கொள்ளவியலவில்லை. அவளின் தந்தை குப்பெயிடம் வைத்த முதல் கோரிக்கையே இதுதான். எக்காரணம்கொண்டும் இந்தச் சொத்தில் நீ தலையிடக்கூடாது என்பதுதான். அவளும் எடுத்த எடுப்பிலேயே அதற்கு ஒப்புக்கொண்டாள். அதேபோல, அவளும், என்னிடம் கேட்டதை எக்காரணம் கொண்டும் அந்த வீட்டில் சொல்லக்கூடாது என்றும், சிறிது காலத்தில் அக்குடும்பத்தைவிட்டு நானாகவே விலகிவிடுவேனென்றும் கோரியிருந்தாள். ஆனால், இன்று நடந்தது முற்றிலும் வேறாகியிருந்தது. அவள் விலகினாலும் அவர்கள் விடமாட்டார்கள் என்பது தெளிவாகப்பட்டது. பேரன்பு அங்கு நர்தனமாடிக்கொண்டிருந்தது.

சடங்குகளெல்லாம் குறைவின்றி முற்றிலும் நிறைந்திருந்தன. குப்பெ பெருமகிழ்வோடு மணமகளின் கன்னத்தைத்தொட்டு முத்தமிட்டாள். அது யாரும் எதிர்பாராதவொன்று. இதுவரை யாராலும் முடிந்திராதவொன்றை அவள் முடித்திருந்தாள்.

எல்லோரும் கணவனை முடிந்துவைக்க நினைக்கையில் இவளோ அவளால் உண்டான, விதியால் உண்டான பிரச்சினையை முடித்து வைத்திருந்தாள்.

• • •

அவளின் இங்கிதம் தொடர்ந்தது. சில நாட்கள் கழித்து வருவதாகத் தன் அத்தையிடமும், கணவனிடமும் கூறினாள். அவர்கள் தலைகுனிந்திருந்ததை அவளால் சகிக்கவியலவில்லை. உடனே, திருமணத்திற்கு வந்திருந்த தன் பெற்றோர்களுடன் பிறந்தகம் சென்றாள். வருத்தத்தை வெளிக்காட்ட முடியாமல் ஊரே வருந்தி நின்றது. அது, சூலுற்ற சீதையை இராமனின் ஆணைபடி இலக்குவணன் ஆரண்யத்தில் விட்டுவந்ததை நிகர்த்திருந்தது. அவள் காட்சிக்கு மறையும்வரை கண்ணீர்மல்க எல்லோரும் அவளையே வெறித்திருந்தனர்.

கருவுற்ற நாற்பதாவது நாளில் தன் ஊரினை மிதிக்க கூட்டிப்போக வேண்டிய பெண்ணை, இப்படி அழைத்துச் செல்ல நேர்ந்ததையெண்ண அவளின் பெற்றோர்களுக்கு நெஞ்சம் வெந்தது. தன் மகளின் இந்தச் செயலையெண்ணி அவர்களுக்குப் பெருமையாயிருந்தாலும் அவளின் வாழ்வையெண்ணிய வருத்தமே மிகுந்திருந்தது. குப்பெயின் தாயின் கண்கள் தூறிக்கொண்டே வந்தன. அவள் தன் பெற்றோர்களுக்கு என்ன சம்மதம் சொன்னாலும் ஒப்பவில்லை. தன் கணவனுக்கு மறுமணமென்று அவளேசென்று கூறும்வரையும் அவர்களுக்கு இதுகுறித்து ஒன்றும் தெரிந்திருக்கவில்லை. அவர்கள் இதைச் சற்றும் எதிர்பார்க்கவில்லை. பேரதிர்ச்சியில், ‘பொட்டி... பொட்டி...’ என்றவாறு அவளின் மாரில் அறைந்து தரையில் குந்தி முழங்கால்களைக் கட்டியழுத தன் தாயின்காட்சி இந்நொடிவரையும் அவளைவிட்டு விலகவில்லை.

‘எப்படிப்பட்ட பெண்.. எப்படிப்பட்ட பெற்றோர்கள்...’ என்று அவர்களை மெச்சாதவர்களேயில்லை. ‘எந்தப் பெண்ணாவது இப்படிச் செய்வாளா... எந்தப் பெற்றோர்களாவது தன் மகளுக்காக, உறவிற்காக இப்படித் திருமணத்திற்குவந்து வாழ்த்துவார்களா...’ என்று பேசாத ஆட்களே இல்லை...

குப்பெக்கு, புகுந்தகமும் பிறந்தகமும் வேறல்ல. அன்றிரவு சுற்றத்தாரெல்லாம் உறங்கமுடியாது துடித்தபோது அவள் நிம்மதியாக உறங்கிக்கொண்டிருந்தாள். 'இவள் என்ன ஜென்மமோ' என தன்தலையில் கைவைத்தப்படி சதா விதியை நொந்துகொண்ட தன் தாயை, எந்த வேலையும் செய்யவிடாது எல்லாவற்றையும் அவளே இழுத்துப்போட்டு செய்தாள். ஒருவகையில் அவள் தன்னை ஆற்றிக்கொண்டிந்தாள்.

அவளின் இருப்பு அவ்வூரில் எல்லோருக்கும் பெருந்துணையானது. அவள் மீண்டும் குழந்தமைக்குத் திரும்பியிருந்தாள். பெரும் வரம் அவளுக்கு; அவ்வீட்டாருக்கும். ஓர் ஆண்மகனின் துணை அவள் இருப்பில் நிறைந்திருந்தது. வருத்தத்தை, வாழ்க்கையைப் பெருமை வென்றுகொண்டிருந்தது.

• • •

ஆறுமாதம் கழித்து காகெ குப்பெயை அழைத்துச்செல்ல வந்திருந்தபோது புதிதாக வந்தவள் ஐந்து மாதமாகியிருந்தாள். இது குப்பெக்கு முன்னமே தெரியும். ஆனாலும், தெரிந்ததாகக் காட்டிக்கொள்ளவில்லை. அவள் வீட்டாரும்தான். இங்கிதம் தொடர்ந்துகொண்டிருந்தது. அவளுக்குத் திரும்பும் எண்ணமில்லை. அந்தச் சூழலைக் கெடுக்கும் விருப்பமில்லை. ஆனால், தனக்கு மிகவும் பிடித்த தவட்டைப் பழத்துடன் வந்திருந்த அவனை அவளால் மறுக்கவியலவில்லை. அதைவிட, அவன் முயன்று மறைத்துக் கொண்டிருந்த, அவனின் அடிமனதில் இழையோடிக்கொண்டிருந்த சோகத்தை அவள் கண்டுகொண்டாள். அது அவளால் மட்டுமே முடியுமொன்று. அது அவனுக்கு நன்கு தெரியும். கோபமோ, வருத்தமோ துளியுமின்றி அவன் அப்பழத்தை அள்ளி நீட்டியதும் உடனே அதையெடுத்து உண்டாள். கண்களில் கண்ணீர் ததும்பியது. அந்தத் தவட்டைப் பழத்தின் சுவை எல்லாவற்றையும் சொன்னது... மாறாத அவனின் பேரன்பை உரக்கச் சொன்னது. இது சோர்ட்டு மலையின் பழம். அவளுக்குப் பிடித்தப்பழம். இதற்காக எவ்வளவு தொலைவு நடக்கவேண்டுமென்பது அவளுக்குத் தெரியும். கள்ளமில்லாத அன்பை அவன் மீண்டும் நிரூபித்திருந்தான். அவளின்றி வாழமுடியாததையும் உணர்த்தியிருந்தான்.

அவள் திரும்ப செல்லமாட்டாளென்றே அவளின் பெற்றோர்கள் நம்பினர். ஆனால், ஏகாரு* பருவம் கழிந்ததும் தன் தாயுடன் மேசுக்குச் செல்லும் எருமைக்கன்றுபோல அவன் பின்னால் சென்றாள். தவட்டெப் பழங்களை உண்டுகொண்டே, சிறு குழந்தைபோல பெருமகிழ்வுடன் சென்றாள். திரும்ப ஊர்சேரும்வரையும் அவள் உண்ணுமளவிற்கு அவன் தவட்டெப்பழங்களைத் தந்துகொண்டிருந்தான்.

• • •

தனது நோக்கம் நிறைவேறியதையெண்ணி பெருமகிழ்வோடு திரும்பிய குப்பெயை இளையவள் வேண்டாவெறுப்பாக வரவேற்றாள். மீண்டும் வாஞ்சையோடு அவள் முகத்தைப் பார்த்தவளை இவள் ஏரெடுத்தும் பார்க்கவில்லை. சூதில்லாத அவளின் மனதிற்கு இது எல்லாம் பிடிபடவேயில்லை. அவளின் வெள்ளந்திமனது அதைப் பெரிதுபடுத்தவில்லை. அந்த வாரிசைக் காண்பதிலேயே, அவளைக் கண்ணும் கருத்துமாகக் கவனிப்பதிலேயே கவனமாய் இருந்தாள்.

'இவளுக்கு இங்கு என்னவேலையென்று' அவள் வாய்விட்டுக் கேட்கவில்லையேதவிர, அவளை மறுதலிப்பதற்கான எல்லாவற்றையும் செய்தாள். முதல் பேறுக்குத் தன் தாய்வீட்டிற்குக்கூட செல்லாமல் தன் உரிமைக்காக வீம்பாய் அங்கேயே தங்கினாள். இந்த உரிமைச் சண்டையின் ஆதிமூலமே அவளின் பெற்றோர்கள்தான். அவர்கள் ஏற்கனவே பேசிவைத்ததை நிகழ்த்திக் கொண்டிருந்தனர். அந்த நாடகம் எல்லோருக்கும் விளங்காமலில்லை.

'அவசரப்படாதே.. இன்னும் கொஞ்சநாள் போகட்டுமென்று' சொல்லியும் கேட்காமல் குப்பெ பிடித்த அடம் வினையாகியிருந்தது. யாராலும் எதையும் பேசவியலவில்லை. எல்லோரும் அந்தச் சிசுவிற்காக ஆகவேண்டியதை யோசித்தார்கள்.

தன் அத்தையை, அவளைக் கவனிப்பதற்காக மாத்திரம் விட்டுவிட்டு, வீடுமுதல் மந்தைவரை என அனைத்தையும் அவளே இழுத்துப் போட்டுக்கொண்டாள். உண்பதற்குத்தவிர

---

* 3 மாத எருமைக்கன்று

வீட்டிற்கு வருவதைப் பெரும்பாலும் தவிர்த்தாள். இருட்டும்வரை நிலமே, தொழுவமே கதியென கிடந்தாள்.

. . .

இளையவளுக்கு மாதம் ஒன்பதை நெருங்கிக் கொண்டிருந்தது. குப்பெ நாட்களை எண்ணிக்கொண்டிருந்தாள். ஒன்பதுமாதம் நிறையவுள்ளது. நிச்சயம் பெண்தான் பிறக்குமென்று எண்ணினாள். எல்லோரும் அப்படித்தான் எண்ணினர். இளையவளையும் அவளது பெற்றோரையும் தவிர. அவ்வீட்டின் பெள்ளோடெ எருமையொன்று நேற்றுதான் ஓர் பெண்கன்றினை ஈன்றிருந்தது. முதலில் பெண்பிறப்பது வீட்டிற்கு மிகவும் நல்லது.

'என்ன பொறந்தா என்ன? எல்லா சாமிதானே..' எது பிறந்தாலு ஆரோக்கியமாயிருந்தபோது...' அவளின் எண்ணங்கள் சுழன்றன. அவள் தன் மூதாதையரை உருகி உருகி வேண்டிக்கொண்டாள்.

நாட்கள் நெருங்கின. எல்லாமே தலைகீழாக மாறியது. அவள் எதிர்பார்த்ததற்கு மாறாக நடந்திருந்தது. ஆண்குழந்தைப் பிறந்திருந்தது. குப்பெ பெரிதும் மகிழ்ந்தாள். அவள் நினைத்தது நினைத்தவாறே நடந்திருந்தது. புகுரி குடும்பத்தின் பதினெட்டாம் தலைமுறையின் வாரிசைக் கண்டதும் குப்பெ கைகூப்பி வணங்கினாள். உடனே விரைந்துசென்று மந்தையிலுள்ள தம் முன்னோர்கள் உறையும் முதுமரத்திற்கு நன்றிகூறி கைதொழுதாள்.

தம்மகள் ஈன்றெடுக்கும்வரை எட்டிக்கூடப் பார்க்காத அவளின் தந்தை குழந்தைப் பிறந்ததைக் கேள்விப்பட்டதும் பெருமகிழ்வில் ஓடிவந்திருந்தார். 'முதல் பேற்றிற்கு வீட்டிற்கு அழைத்துச்செல்ல வேண்டியதுதானே' என்று யாரேனும் கேட்டால் பதில்கூற முடியாமல் போய்விடுமோ என்பதற்காக அவர் இங்கு இதுவரை வரவில்லை என்பதைவிட, எங்கே மீண்டும் அவ்வீட்டிற்கு குப்பெ வந்துவிடுவாளோ எனும் தம் மகளின் பொறாமையும் அச்சமுமே காரணியாய் இருந்தன. இன்றோடு அவ்வச்சத்திற்குப் பிரம்மாஸ்திரம் கிடைத்திருந்தது. 'எம்மகளாளே தா இந்தக் குடும்பதுக்கு வாரிசு... அவ்வீட்டை அணுகுபவர்களுக்கெல்லாம் உரக்கக்கூறும் வாக்கியமாய்,

கோ.சுனில்ஜோகி ● 117

வாதமாய் இது வலுத்தது. ஒருவகையில் இது அவர்களுக்கு, அவர்களே செய்துகொள்ளும் சமாதானம் போலிருந்தது.

இளையவளின் வீட்டார்க்குப் புது தெம்பும் மிடுக்கும் பிறந்திருந்தது. அவளுக்குத் துணையாக அவளின் தாய் அங்குத் தங்கியிருந்தாள். இனி, இது தம்வீடு எனும் முடிவுக்கே வந்திருந்தாள். அவளின் அதிகாரம் கரைபுரண்டோடியது. அந்த வீட்டின் இயல்பாக இருந்த நெகிழ்வுத்தன்மைக்குப் பெரிதாய் பங்கம் வந்திருந்தது. குப்பெ குழந்தையைத் தொடவிடாதபடி, ஏன், அண்டவேவிடாதபடி சூழல் இறுகியிருந்தது. இதையெல்லாம் சகித்துக்கொண்டு, எந்தச் சள்ளைக்கும் சேராது, அன்றாட வேலையைப் பார்க்கும் அவளைக் காண காண இளைவளுக்குச் சகிக்கவில்லை. எடுத்ததற்கெல்லாம் அவள் எரிந்து விழுந்தாள். குறைகூறினாள். குப்பெ சமைக்கும் உணவை உண்ணாமல் தவிர்த்தாள். அவளுக்கும் அவளின் தாய்க்கும் மட்டும், தனியாகச் சமைக்கும் அளவிற்கு நிலைமை விபரீதமாயிருந்தது. காகெக்கு இங்கு நடப்பது தெரியுமென்றாலும் இந்தளவிற்குத் தெரியாது. அவன் நோவான் என்பதற்காக அதை முடிந்தளவிற்குக் குப்பெயும் காங்கியும் மறைத்தனர்.

இளையவளும் அவளின் தாயும் காகெயிடம் மிகவும் கவனத்துடன் இருந்தனர். அவனுக்கு இவளைவிட குப்பெதான் பெரிது என்பது அவர்களுக்கு நன்கு தெரியும். அவன் குப்பெயின் பக்கம் முழுதும் சாய்ந்திடாமல் பார்ப்பதுதான் அவர்களின் முழுநேரப் பணி. அந்த வீட்டில் மற்றவர்களுக்கென்று ஒரு முகமும், காகெக்கென்று ஒரு முகமுமாக அவர்களின் முகங்கள் எத்தனை என்பது கணக்கிலில்லாமல் தொடர்ந்தது. குப்பெயை எப்படியாவது இங்கிருந்து சென்றுவிடும்படி செய்துவிட வேண்டுமென்பதற்கே இளையவளின்தாய் பெரிதும் முயன்றுகொண்டிருந்தாள்.

‘சாக்கிரதே.. அடுத்த கொழுந்தெ வரைக்கி நீ இங்கே தேவேபடாமே போயிடலா...

சுருக்கென இருந்துக்கோ’

குப்பெயின் காதில் படும்படி இளையவளின்தாய் பலமுறை சாடினாள்; சாடிக்கொண்டேயிருந்தாள். குப்பெயும்

அங்கிருந்து சென்றுவிடலாமா என்றெண்ணி பலமுறை வருந்தினாள். ஆனால், அவளில்லாமல்... தன் அத்தையை, கணவனை எண்ண அவளுக்கு மனம் துணியவில்லை. அவர்கள் பாவம்.

ஆயிஹாடா நிலத்தில் அவரைக் காய்த்திருந்தது. மேலாடாவில் சாமை விதைக்கவேண்டும். மூன்று செனெ மாட்டிற்குப் புல்லறுக்க வேண்டும். இவற்றையெல்லாம் எண்ண எண்ண குப்பெக்கு அழுத்தம் கூடியது. உரிமையை விடுவதா.. இல்லை உறவை விடுவதா... ஒருவேளை துறந்தால் உறவின்நிலை... காகெயைப்பற்றி அவள் நன்கறிவாள். அவளைத் திரும்ப அழைத்துவந்தபிறகுதான் அவன் குற்றவுணர்விலிருந்து சற்று மீண்டிருந்தான். அவளின் இருப்புதான் அவனின் பற்றுக்கோடு. ஒருவேளை, அவனது சமநிலை தவறினால் அடுத்த நொடியே சிசுவென்று பாராமல் அக்குழந்தையுடன் அவளையும் உதறிவிடுவான். அவனது சுயம் அப்படிப்பட்டது. அப்படியில்லாமல் அவ்வளவு சீக்கிரத்தில் புகுரி கைக்கு வந்துவிடாது. புகுரியைத் தொடுவதற்கு இந்தத் தீரம் அடிப்படையானது.

இந்த வாரிசு என்ன செய்யுமோ... எல்லாமே வளர்ப்பிலிருக்கிறது. வேர்பிடித்து நிற்கும்வரை நிலமும், உரமும் அவசியமானது. இந்த வாரிசின் வளர்ப்பில் அவளுக்கும் பெரும் கடப்பாடு இருந்தது. ஒருவேளை தரம் தவறிவிட்டால் இந்த ஊரே அவளைதான் கைகாட்டும். அச்சிசுவைத் தக்கவனாக்க அவள் இங்குத் தேவையென்பதை அவள் உணரமாலில்லை.

மனதை வேறிடத்தில் செலுத்தினால் வேலைகெடும். அழுத்தம் கூடும்; இப்போதெல்லாம் அவள் இதை பலமுறை அனுபவிக்கிறாள். அடைமழையில் பயணிக்கத் துணிந்தவுடன் உடை நனைவது குறித்து கவலைப்படுவதில் நியாயமில்லை. அவள் தன் உடைமை குறித்துத் துளியும் கவலைகொள்ளவில்லை. அவளின் தியாகம் தொடர்ந்தது.

• • •

கார்மழைக்கான காற்றடிக்கும் காலம். குழந்தையின் உறக்கம் கெடும். குழந்தைக்கு நாற்பது நாளாகி,

அமாவாசைக்கண்டு வசம்பு அளிக்கும்வரை மிகவும் கவனமாக, சிரத்தையுடன் கவனிக்க வேண்டும். குப்பெ, இதை நேரடியாகச் சொல்லாமல் தன் அத்தையின் மூலமும் அக்கம்பக்கத்தாரின் மூலமும் அவளுக்கும், அவள் தாய்க்கும் பலமுறை அறிவுறுத்தியிருந்தாள். ஒன்றும் பலனில்லை.

மண்ணில் பாடுபட்டுவிட்டுக் குழந்தையை நெருங்கினால் அதற்குத் துளியும் ஆகாது. அதை, அந்த மண்வாசம் அடித்துவிடும். அதிலும், ஆடா பூமியின் ஈரமண்வாசம் குழந்தைக்கு முற்றிலும் ஆகாதது. எனவே, தோட்டத்திற்குத் தேநீர் எடுத்துவரக்கூட தன் அத்தையை வரவிடாமல் குப்பெ தடுத்திருந்தாள். தன்னுடைய வேலையையும் சேர்த்து இழுத்துப்போட்டுக்கொண்ட அவளையெண்ணிய காங்கியின் வேதனை பன்மடங்கானது. அவள் நிம்மதியாக உண்டு பலநாட்களாகியிருந்தன. அதிலும், இளையவளின் தாயால் வீட்டில் பேசப்படும் குத்தல் பேச்சுகள் பெருங்கொடுமை யினும் பெருங்கொடுமை. குழந்தையைத் தூக்கிக்கொண்டு,

‘டேய் முத்தா.. உங்கம்மாவுக்கு இவங்க துரோகோ பன்னாங்கானா நீ சும்மா விட்டுடாதே... சரியா..’

இந்த நெடும், அல்ல நெருடும் வாக்கியத்தை நிறுத்தி நிதானமாக, அழுத்தி பலநூறுமுறை அவள் கூறியிருப்பாள். அப்போதெல்லாம் காங்கி அடைமழைப்பட்டுத் தலைக்கவிழும், சிலவேளைகளில் உதிர்ந்தேவிடும் அவரையின் பூக்களைப்போல நொந்தாள். இந்த வாரிசு இல்லாமலேயே போயிருக்கலாம்... நிம்மதி இருந்திருக்கும்... என்று அவள் எண்ணாத நாளில்லை. இதற்கெல்லாம் காரணமான குப்பெயின்மீது அவளுக்குத் துளியும் கோபமில்லை. எல்லையில்லா பரிதாபமிருந்தது. அவளென்ன செய்வாள். பாவம். எல்லாம் விதியென்று நொந்துகொண்டாள். பாவம் இந்தக் குழந்தை என்ன செய்யும். இது இப்படியே சென்றால் சரியில்லை. இதற்கு ஒரு முடிவுகட்டுவதுதான் எல்லோருக்கும் சிறந்ததென்று அவள் துணிந்தாள். அவளும் சாதாரணமானவளல்ல. ஐந்நூறு எருமைகளைக் கொண்ட பண்ணையத்தைக் கட்டி மேய்த்தவள். யாருக்கும் அடங்காத ககெயின் தந்தை இவளின் கண்ணசைவிற்கு அடங்கியவர். இப்போது அவள்

எல்லாவற்றையும் அடக்கிக்கொண்டு அந்த வீட்டின் மானம்காக்க பொறுமைகாத்தாள். அந்தப் பொறுமையின் எல்லை பொசுங்கியிருந்தது.

இன்று நடந்ததெல்லாம் எல்லை மீறியவொன்று. அந்த வீட்டில் இதுவரை நகக்காதது. நடக்கக்கூடாதாது. குப்பெயைத் தூரத்தவேண்டுமெனும் அவர்களின் இந்த உணர்வுப் போராட்டம் அவர்களுக்குப் புரியமாலில்லை. சில நாட்களாகவே அது அதிதீவிரமாகியிருந்தது. இன்று காகெக்குச் சொல்லிவிடவேண்டும் என்ற முடிவுக்கு வந்திருந்தாள் காங்கி. மாலை எல்லோரும் வந்துவிடட்டும் என்று எண்ணியவள் பொறாது, உடனே குப்பெயை அழைத்துவரக் கிளம்பினாள். வெளியே மழை தூறிக்கொண்டிருந்தது. குப்பெ எந்த ஒலா*விற்குச் சென்றிருப்பாள் என்று யோசித்தாள். காலையில் சென்னது அவளின் நினைவில்லை. எதையும் மறக்காத அவளுக்கு வர வர இந்த அழுத்தத்தால் எதுவும் நினைவில் நிற்பதில்லை. அப்படித்தான் அன்று, தாளிக்க எண்ணை ஊற்றிவிட்டு அடுத்து என்ன இடுவதென்றே தெரியாமல் குழம்பி நின்றாள். எண்ணெய் நன்கு காய்ந்து, தீப்பிடித்து, அதை அணைக்க, அச்சட்டியை வெறுங்கையில் தொட்டு, அந்தப் பழ இரும்புச்சட்டி அவளின் முதிர்ந்தத் தோலைப் பொசுக்கி... அப்பாடா... பெரும்பாடானது. அன்றுமுதல் குப்பெ அவளைத் தாளிக்க விடுவதில்லை.

குப்பெ கடிமெட்டு தோட்டத்திற்குத்தான் சென்றிருப்பாளென்று அவள் விரைந்தாள். மழை வலுத்தது. நனைந்துகொண்டே சென்றாள். மழைக்கொதுங்கி தோட்டத்துக் குள்ளில்** ஒதுங்கியிருந்தாள் குப்பெ. பிரம்மை பிடித்ததுபோல வந்துநின்ற தன் அத்தையைக் கண்டதும் ஏதோ விபரீதமென்று புரிந்துகொண்டாள். இப்படி இருவரும் தனிமையில் சந்தித்துப் பல நாட்களாகி யிருந்தன. வார்த்தைகளுக்கு இடங்கொடாதபடி இருவரின் கண்ணீரும் பேசிக்கொண்டன. குப்பெயின் கரங்களை அவள் அழுத்தமாய் பற்றிக்கொண்டாள். அடைமழைப் பொழிந்தது.

* சிறு நிலம்

** காவல் வீடு

மழை ஓரளவு ஓய்ந்திருந்தது. குழந்தையின் நினைவெழுந்தது. அவர்கள் இல்லத்திற்கு விரைந்தனர். வீட்டிற்கு வெளியே ஆட்கள் கூடியிருந்தனர். அவர்களுக்கு ஒன்றும் புரியவில்லை. அவர்களைப் பார்த்ததும் மேல்வீட்டு கெஜ்ஜெ கண்களைக் கசக்கிக்கொண்டு அழுதாள். வீட்டினுள்ளேயிருந்து குழந்தையின் அழுகுரல். குப்பெயின் அடிவயிறு கலங்கியது. என்னவோ எனும் பேரச்சத்தில், அவளின் கட்டுப்பாட்டையும்மீறி அவளுக்குச் சிறிதளவு சிறுநீர் கழிந்திருந்தது. வீட்டைநோக்கி விரைந்தாள். குழந்தையிருக்கும் உள்ளறையைப் பார்த்தாள். வீறிட்டழும் குழந்தையைத் தன்மடியில் வைத்திருந்தான் காகெ. அதன் ஓயாத அழுகையை நிறுத்த அவன் போராக்கொண்டிருந்தான். அவன் குப்பெயைப் பார்த்தான். நீண்டநாள் கழித்து உரிமையுடன் ஒரு நீள்பார்வை. அவள் கண்களில் கண்ணீர் புரண்டோட அது காகெயின் கண்களில் எதிரொளித்தது.

காங்கி ஓடிச்சென்று குழந்தையை வாங்க முனைந்தாள். அவளின் உடை தொப்பென நனைந்திருந்தது. தோட்டத்திலிருந்து வந்து இன்னும் கைகால்கள் கழுவியிருக்கவில்லை. இதை யோசித்து அவள் பின்வாங்கினாள். அதற்குள் உள்ளே விரைந்த கெஜ்ஜெ குழந்தையை வாங்கி மடியில் கிடத்தி மார்பை லேசாகத் தட்டிக்கொடுத்தாள். அது சற்று சமாதானமடைந்தது. கண்ணிலிருந்து வழிந்தொழுகும் கண்ணீருடன் கெஜ்ஜெ குப்பெயை நோக்கினாள்.

‘இவ என்ன சொல்லிட்டானு இந்தப் பச்ச மண்ண விட்டுட்டு அவ கிளம்பிப் போறா…

அவ அம்மா வேறே… எருமெ வாலுக்குக் குஞ் சமாட்டோ…

அவெல்லா ஒரு தாயா… ச்சே… அடே, ஒரு மனுசியா..

ஏ! காகெ கவலெபடாதே… இது உன்தப்பில்லெ..

இனி இந்த வீட்ட மிதிக்கக்கூடிய தகுதி அவளுக்கில்லெ…

அத்தன பேருக்கு முன்னாடி…. புகுரி குடும்பத்துக்காரன் வார்த்தைக்கு மறுவார்த்தே பேசாமே கொலச்சாமியே

வந்தெரங்கு... அப்படிபட்ட எம்மக காகெ கழுத்த புடிக்குறா... என்னத் திமிரு....

எம்மகளுக்கு எல்லோரும் சேந்து துரோகோ பன்னிட்டீங்களேனு நாடகோவேறே... தொண்டு முண்டெ*... பெரசவத்துக்குக்கூட புள்ளெய கூட்டிட்டுபோகாத சிருக்கி.. பேசுரா.. என்ன திமுரு...

பெத்த கொழந்தெய விட்டுட்டு வாங்குறா...

எல்லா, நீ கொடுத்த எடோ..

தம்மகள கூட்டிட்டுபோயி நல்லப்படியா பிரசவ பாத்துக் கொழுந்தெய பச்செ கழிச்சு அனுப்ப வக்கில்லெ.. அவளுக்குப் பேச்சப்பாரு'

நடந்ததைக் கோபத்தால் கிளறிக்கொண்டிருந்தாள் கெஜ்ஜெ. அங்கு நடந்தது அவர்களுக்கு நன்றாகப் புரிந்தது. அவர்கள் எதிர்பார்த்ததுதான்.

குப்பெ எது நடக்கக்கூடாது என்று அஞ்சி விலகியிருந்தாளோ அது நடந்திருந்தது. நிலங்குத்தியிருந்த குப்பெயின் கண்களோ கார்சுரந்தன. அவள் கேவி கேவி அழுதாள். தான் திரும்ப வந்திருக்கக்கூடாது என்றெண்ணி வருந்தினாள். காங்கியோ அவளின் தோள்பற்றி ஆறுதல்படுத்தினாள்.

• • •

வெளியில் ஏதோ சலசலப்பு. கெட்டவார்த்தைகள் பேசிக்கொண்டே சிலர் வீட்டிற்குள் நுழைந்தனர். இளையவளின் ஊரார் திரண்டிருந்தனர். நேராகக் குழந்தையின் அறைக்குத் தண்டினர்**. குழந்தையைப் பறிக்கும் வெறியுடன் அவ்வறைக்குள் முரட்டுத்தனமாக வந்தவர்களைத் தன் இரு கரங்களையும் அகட்டி அவ்வறைக்கு வெளியே தள்ளிச் சென்றான் காகெ.

அவர்கள் சென்று என்ன சொல்லி வைத்தனரோ...

---

* புறம் பேசுபவள்

** படையெடுத்தனர்

'டேய் தெள்ளுவரி* நாயே... எங்க பொண்ண மட்டும் அனுப்பிட்டே.. எங்க கொழந்தெ எங்கடா...

எங்க பொண்ணுமட்டு வேணா.. ஆனா, அவ பெத்த கொழுந்த மட்டு வேணுமோ..

அவ என்ன புள்ளெ பெக்குற மிஷினா...

கொழுந்தெய குடுங்கடா... யோய்... மரியாதையா குடுடா..'

வார்த்தைகள் புரண்டன. இதைக் கேள்வியுற்ற உள்ளூர்க்காரர்களும், பக்கத்து ஊரான இருப்புக்கல்லைச் சார்ந்தவர்களும் சேர்ந்துகொள்ள களேபரம் பெரிதானது.

குழந்தையோடு ஓகமனெக்கு விரைந்தாள் குப்பெ. அவளைப் பின்தொடர்ந்து வந்தவர்களுக்குப் போக்குக்காட்டினாள். வலக்கரத்தால் பத்திரமாகக் குழந்தையை மார்போடு அணைத்தவள் இடக்கரத்தால் அந்தச் சாஜ பெட்டியைத் திறந்தாள். அதற்குள்ளே இருந்த காகெயின் சீலையை அவசரமாக விரித்து அதன்மேல் குழந்தையைக் கிடத்தினாள். அந்த அடர் இருட்டில் குழந்தை வீறிட்டு அழுதது. ஆனால், குழந்தைகளுக்காகவே பிறப்பெடுத்த அந்தக் கனமான சாஜ பெட்டி குழந்தையின் குரலைத் தனக்குள் தக்கவைத்துக் கொண்டது.

'டேய் ஒரு எடோ விடாம கொழுந்தைய தேடுங்கடா... விட்டுடாதிங்கடா..'

ஆத்திரத்தின்மொழி அவளின் செவிப்பறைக்குள் விடாமல் விழுந்துகொண்டிருந்தது. அது உண்மையா.. இல்லை... ஒருவேளை பிரம்மையா... என பிரித்தறியாத நிலையில் அவள் இருந்தாள். தன் தலையில் கட்டி யிருந்த மண்டெப்பட்டினை** அவிழ்த்தவள் அதை நான்காக மடித்துச் சற்றுத் திண்ணமாக்கினாள். அதைக் காற்றோட்டத்திற்காகப் பெட்டியின் விளிம்பில்போட்டு, மூடியைச் சத்தமில்லாமல் தன் அல்லையில்***முட்டி

* ஒன்றுமில்லாத

** பெண்கள் தலையில் அணியும் ஆடை

*** அடிவயிறு

மெதுவாகக் கீழிறக்கி மூடினாள். அங்கிருந்த பெசெகெட்டியில்* வைக்கப்பட்டிருந்த தெகபெட்டெத்** துணியை எடுத்தவள் சிறுகுழந்தையின் உடலொப்பச் சுருட்டி, அருகிலிருந்த பள்ளியில்*** வைக்கப்பட்டிருந்த துண்டினைப்****போர்த்தி அதைக் குழந்தைபோல மறைத்து ஏந்திக்கொண்டாள்.

குழந்தையை வீடெங்கும் தேடிக்கொண்டிருந்தவர்களால் இந்த அறையை அவ்வளவு எளிதாகக் கண்டுகொள்ள முடியவில்லை. இதமனெக்கு அடுத்துள்ள கீழ்முனையில் இருந்த இந்த அறையைப் பழக்கமில்லாமல் கண்டறிவது கடினம். இளையவளின் வீட்டாரின் ஒருபகுதியினர் அவ்வறையின் மேல்முனையிலிருந்த அறையிலும், அதன்மேல் இதமனெ, ஓகமனெ ஆகிய அறைகளை ஒருங்கே இணைக்கும் அட்டுலிலும்***** தேடிவிட்டு இந்த அறையை நெருங்கும் சமயம், இவள் திட்டமிட்டப்படியே, அவர்கள் பார்க்கும்படி கொல்லைப்புறமாக வெளியே ஓடினாள்.

‘டேய்.. டேய்... இங்கே... இங்கே.. பாருடா..

பின்னாடி.. பின்னாடி... கொழுந்தெய தூக்கிட்டு ஓடுறா..

ஏய்... கள்ள முண்டே******.... அவள புடிங்கடா.’

அவளின் ஓட்டம் அட்டணெயில்******* நின்றது. அதற்குள் அங்கு ஊர் கூடியிருந்தது. ஊரார் அவளைப் பத்திரப்படுத்தினர். அங்கிருக்கும் யாருக்கும் சந்தேகம் எழாவண்ணம் குழந்தையை ஏந்தியிருப்பது போலவே அவள் காட்டிக்கொண்டாள்.

‘டேய் மலக்கா.. இது என்ன பழக்கோ..

எங்கே வந்து, என்ன செய்யுறீங்க.. ஆ..

---

* ஒருவகையான கூடை

** பூசைக்கான துணி

*** சுவற்றினைக் குடைந்து உருவாக்கிய பொருள் வைக்கும் இடம்

**** ஒருவகை உடை

***** மேற்பரண்

****** திருட்டு முண்டை

******* ஊர் மந்தை

எல்லாத்துக்கு மொறெ வேணாமா...

என்ன தைரியோ...

ஊருக்குள்ளெ புகுந்து ஒரு பொண்ண தொறத்துரீங்கே... ஆ....

உங்க கவுண்டிக்கெ எங்கே...

கொழந்தெ வேணும்னா நீ மெதலெ யாருகிட்டெ வந்திருக்குனு... ஆ.. சொல்லு..

நாய் நக்கி சமுத்திரோ வத்திடுமா...

டேய்... அது புகுரி வீட்டு வாரிசு...

இது இரிய* காக்குற எடோ தெரிஞ்சுக்கோ.

சமார்த்தி... நீங்கே கொழந்தெயோட போயிடுவீங்களா...'

'ஐயோ... மொதலெ எங்க கொழந்தெய வாங்கிக்கொடுங்கா...

அப்புற பேசிக்கலா...

வீட்டுக்கு வந்த பொண்ண... வாரிசு கொடுத்த பொண்ண, இப்படியா நடத்துவீங்க...

நீங்க என்ன மரியாதெ தர்ரீங்களோ... அதுதா உங்களுக்கு... இதுதானே நடெமொறெ..

உங்களுக்கு தெரியாததில்லெ ஐயா.'

'மாதா... அதே தா... உம் மாரியாதெதா எம் மரியாதெ...

அது யாரு கொழந்தேனு நெனச்செ... இந்த ஊரு கொழுந்தெ...

தெவ்வ** வந்து கொழந்தைய இரியனுக்கு*** ஒப்படைக்குறவரெக்கி இது இந்த ஊரு கொழந்தெ...

டேய் மாதா... நீ நியாயத்த பேசு... ஆ..

---

* மூதாதையார்

** அறுவடைச் சடங்கு

*** மூதாதையர்

பெத்த தாயி, பால்குடிக்குற பச்செக் கொழந்தெய விட்டுட்டுப் போகலாமா...

அதுலெயு, அவ அம்மா... யாருடைய கழுத்த புடிச்சிருக்கா தெரியுமா? அவெ யாரு தெரியுமா...

அவெ புகுரி எடுத்தாத சவத்தெ*யே... தெரியுமா...

மெறெயா, உங்க ஊருகூடி, அவ காலுலே விழுகனு...

அதுலெவேறே, கொஞ்சோகூட ஈக்குப்போக்கில்லாமே அந்த வீட்டுக்குள்ளேயே புகுந்திருக்கீங்க...

நீங்க யார தொரத்திட்டு வந்தீங்கேனு தெரியுமா... உங்க நெஞ்ச தொட்டு சொல்லுங்க... உங்க ஊரு கொழந்தெக எத்தனெ பேருக்கு அவ பண்டுவ பாத்திருப்பா...

எத்தனெ கொழந்தெகளோட துக்கத்த அந்தவீடு தொலச்சிருக்கு...

நெலத்தெவிட வெதெக்குதா மதிப்புனு தெரிஞ்சுக்கோங்க..

அந்தக் கொழந்த புகுரி குடும்பத்துக்கு...

காகெ விரும்பினாலு, இனி உங்கவூரு பொண்ணு இந்த ஊர மிதிக்கனுான மந்தா** முடிவு பன்னனும்... நீயோ நானோ முடிவுபன்ன முடியாது...

கொழுந்தய தரமுடியாது..

மந்தாவுலெ பாத்துக்கலா... நீங்க மொதலெ போங்க...

கையில கம்போட, என்னடா நீங்கெல்லா நட்டுக்காரங்க***... கேவலமா இருக்கு'

இளையவளின் ஊரார், கம்பை நிலத்தில் ஊன்றி தலைகுனிந்து நின்றனர்.

• • •

---

* மூதாதையர் வழிபாடு

** ஊர் பஞ்சாயத்து

*** உறவினர்கள்

ஆதிரெ* மாதத்தின் அறிகுறியாக பலத்தகாற்றுவீச ஆரம்பித்திருந்தது. தொடர்ந்து வீசிய காற்றில் ஊர்மந்தையில் புழுதி பறந்தது. அவர்களும் மெதுவாகப் பறந்தனர். சில நிமிடங்கள்கூட தாமதிக்கமால் தன் இல்லத்தைநோக்கி விரைந்தாள் குப்பெ. குழந்தையை ஏந்தியிருப்பதுபோன்ற தோரணையிலேயே கண்முன் தெரியாமல் அவள் ஓடினாள்.

'ஏய் மெதுவா.. கெழந்தெய தூக்கிட்டு இப்புடி ஓடுறாபாரு... மெல்லமா.. மெல்லமா...'

அங்கிருந்த பகுதிபேர் பதறிபோய், அவளை நோக்கி கைகளை உயர்த்திக் கத்தினர். ஆதிரெ மேல்காற்றில் சாய்ந்துபோய், கீழ்க்காற்றில் மேலெழும்பும் சாமை நிலம்போல் விளங்கிய ஊர்மந்தையை மரியாதைக்காகத் திரும்பி பார்த்துக்கொண்டே அவள் வீட்டினை நோக்கி விரைந்தாள். கொல்லைப்புற வழியைவிட முன்வழி பக்கம். நடுக்கேரி கெஜ்ஜெ வீட்டு முட்டுச் சந்தின்வழி விரைவாக ஏறியவள் வீட்டினை அடைந்தாள்.

• • •

ஊர்மந்தையில் கூடியிருந்தவர்கள் காகெயின் வீட்டினைநோக்கி விரைந்து கொண்டிருந்தனர். வீட்டைக்காக்க நின்றவர்கள் தெருமுழுக்க நிறைந்திருந்தனர். அனைவரும் அவளுக்காக எதிர்பார்த்திருந்தனர். அவள் ஏந்திக்கொண்டிருக்கும் குழந்தையைக் காணத் துடித்தனர். அவள் அதேநிலையிலேயே, யார்குறித்தும் கவலையின்றி ஆயுசுமுட்ட** ஓகமெனெக்கு ஓடினாள். இதமனெயை நெருங்கும்போது அவள் குழந்தைபோல் ஏந்தியிருந்த அந்தத் தெகபட்டெத் துணி நழுவி விழுந்தது. அனைவரும் ஐயோ என்று பதறினர். அவளைப் பின்தொடர்ந்திருந்த மல்லெயோ விழுந்தது குழந்தையென்றே எண்ணி, அதை எடுக்க உயிரை விரித்தாள்... காங்கி 'ஐய்யய்யோ...' என மார்பில் அடித்தாள்.

அவள் ஓகமனெயை அடைந்தாள். பாறையைப் பெயர்த்தெறிவதுபோல அப்பெட்டியின் மூடியைத் திறந்தாள்.

---

* மே மாதம்

** மூச்செறிய

உள்ளே அஞ்சி லேசாக விசும்பிக்கொண்டிருந்த குழந்தையை எடுத்து மார்போடு அணைத்துக்கொண்டாள். அவள் இன்று அமர்ந்திருக்கும் அதே இடத்தில், சுவற்றோடுச் சாய்ந்து அமர்ந்துகொண்டாள்.

'யவ்வே.. யவ்வே... என்ன முண்டெ...'

காங்கி தன் மார்பில் அடித்துக் கொண்டாள்.

'ஐயோ.. ஐயோ.. கொழுந்தைக்கு ஏதாவது ஆயிருந்தா...

மூச்சுமுட்டி செத்திருந்தா... ஐயோ.. ஐயோ.. என்ன மனுசியோ.'

சில குரல்கள் வலுத்தன. அவர்களுக்கெல்லாம் விளக்கம்கூற அவள் தயாராயில்லை. குழந்தையின் ஆடுநெத்தியை* தடவிக்கொடுத்தாள். கண்ணீர் கரைகட்டியிருந்த அச்சிசுவின் கண்களை நோக்கினாள். இருட்டில் கொண்ட மிரட்சி அதற்கு இன்னும் குறைந்தபாடில்லை.

அச்சிசுவை மீட்டது குறித்துக் குப்பெயால் திருப்தியடைய முடியவில்லை. எல்லோருக்கும் சிசு மீண்டது குறித்த மகிழ்வைவிட அவள் மீட்ட முறை குறித்தே அதிகம் கவலைநீடியது. காலம்தவறியல்ல, காலம்தவற பெய்யும் மழைபோல... அவளின் கண்ணீர் சிசுவை நனைத்தது. மரபின் ஈரத்தைப் படர்த்தியது. கண்களைத் துடைத்துக்கொண்டாள். அங்குவந்துநின்ற காகெ முதலில் குழந்தையைப் பார்க்கவில்லை. குப்பெயை நோக்கினான். அவளின் மீட்சியை நன்கறிந்தவன் அவனொருவனே. ஒன்றும் பேசாமல் அங்கிருந்து சென்றான்.

• • •

அதன்பிறகு குழந்தையைக் கேட்டு எவரும் வரவில்லை.

'அவ அம்மா இருந்திருந்தாகூட புள்ளெய இப்புடி வளத்திருக்க மாட்டா... இவ வயித்துலெ பொறக்க வேண்டியவ... அவ வயித்துலெ பொறந்துட்டா.'

'பெத்தவளவிட கித்தவ** பெரியவ.'

---
* உச்சி நெற்றி
** வளர்த்தவள்

‘என்னதா இருந்தாலு, பெத்த அம்மாகிட்டிருந்து கொழந்தெய பறிச்சது பொல்லாததுப்பா... அந்தப் பாவத்த அவ எங்கேபோயி கழுவுவாளோ...’

குப்பெ குறித்து அறிந்தவர்களும் அறியாதவர்களுமாக அக்கபக்க* எங்கும் பேச்செழுந்தவண்ணமிருந்தது. ஆனால், அவள் உயிரைக் கொடுத்துத் தக்கவைத்த அந்தக் குழந்தையான கல்லனுக்கு ஆயுள் நீளமில்லை. அந்தக் குடும்பத்தில் அவ்வளவு இளைய வயதில் மரணமடைந்தது அவனாகத்தான் இருந்தான்.

• • •

கல்லனுக்கு மணம்முடித்து பத்து ஆண்டுகள்கூட நிறைவடையவில்லை. அவனின் பத்தாவது மணநாளிற்கு முந்தையநாள். ஆதிரெ மாதத்தின் நான்காவது காற்று வீசிக்கொண்டிருந்தது. அவரைத் தோட்டத்திற்குள் புகுந்த காட்டுப் பன்றிகளை விரட்டச் சென்றபோது, அவன் அருமைகருதி வெட்டாமல் விட்டிருந்த, அந்த பலநூறாண்டைய பெந்நேரி மரம் அவன்மேல் சரிந்தது. தலையில் பலத்த காயம்பட்டு இறந்துபோனான். அதற்குப்பின் குப்பெக்கு எல்லாமும் சாபமாகவும்.. அவள் செய்ததெல்லாமும் பாவமாகவும் மாறிபோனது. அவளை நன்கறிந்தவர்களே நாக்கின்மேல் பல்லைப் போட்டு பேசினர். அவளின் மருமகளும்கூட அப்படியே பேசினாள்.

கல்லனின் மகனான போஜூ ஆளாகி, பெண்கேட்கத் தொடங்கியபோதும் குப்பெயின்மேல் படர்ந்த பாவம், சாபத்தின் வீரியம் சற்றும் குறைந்தபாடில்லை.

‘அய்யய்யோ... அந்தக் குடும்பத்திற்குச் சாபமிருக்கு...

அம்மாக்குச் செஞ்ச பாவம்பா... பொல்லாதது...

அவ அப்பனுக்கு ஆனதபோல அவனுக்கு ஆச்சுன்னா... நம்ம பொண்ணு வாழாவெட்டியாயில்லெ நிக்கு...’

குப்பெயின் தியாகம் மறந்துபோய் சாபம் மட்டும் கோலோச்சியிருந்தது.

---

* ஒருகால் வழியினர் வாழும் ஊர்கள்

இன்று பெண்கேட்டுச் சென்ற அவ்வீட்டிலும் அதே வார்த்தை. போஜூக்குப் பெண்பார்க்கும் போதெல்லாம் அது உயிர்த்தெழுகிறது. காலக்கொடுமை. குப்பெயின் காலத்திற்கும் இது கொடுமை. அந்தக் கொடுமை எப்போது தீருமோ... அவள் காலத்திற்குப் பின்னாவது அது தீருமா... இன்னும் சில நாட்களுக்கு இது வெறிபிடித்த நாயாய் அலைந்திருக்கும். இது சாபம்தான்.. குப்பெயே நம்ப ஆரம்பித்திருந்தாள்.

6

விரலிடுக்கில் விரவியிருந்த குழம்பின்காரம் அப்படியே இருந்தது. 'அய்யோ... கொழந்தெக்குப் பசிக்குமில்லெ...' அவளின் மனச்சொல் வலுத்தது. போஜூவின் தாய் இன்றும் வந்திருக்கமாட்டாள் என்று அவளுக்குத் தெரியும். அவளும் இந்தச் சாபத்தை நம்புபவள். இதுகுறித்துக் குறைந்தது பத்து வீட்டிலாவது பேசிச்சலிக்காமல் அவளுக்கு ஆறாது.. அடங்காது.. அதுவும் ஒருவகை அன்புதானே. அவள் சற்று ஆசுவாசமடைந்தாள்.

சுவற்றைப்பொத்தி மொதுவாக எழுந்தாள் குப்பெ. மீண்டும் அந்தச் சாஜ பெட்டியிலிருந்து ஓயாமல் தட்டும் சப்தம்... உதைக்கும் சப்தம்... அதன் மூடி தடக்.. தடக்கென்று அகோரமாய் குதித்தாடும் சப்தம்... மீண்டும் அதன் வெளியே தொங்கும் பிஞ்சு விரல்கள்... அவள் தலையைப் பிய்த்துக்கொண்டாள். அவ்வறையைத் திரும்பிப் பார்க்காமல் நகர்ந்தாள். அந்தப் பெட்டி அவளை விடுவதாயில்லை.

• • •

தன் வீட்டின் புகைப்போக்கியின்வழி எழுந்த புகை, ஊர்த்திடலில் அமர்ந்திருந்த போஜூக்குக் குப்பெ சமைத்துக் கொண்டிருப்பதை அறிவித்தது. இதற்காகதான் அவன் காத்திருந்தான். சற்று ஆறுதலடைந்தான். நொடிநேரம்கூட தாமதிக்காமல் வீட்டிற்கு விரைந்தான். அவன் நினைத்ததுபோலவே மேல்கேரி கெஜ்ஜெயும் கீழ்க்கேரி பன்னெயும் அவன் வீட்டிற்குள் நுழைய தயாராக இருந்தனர். அவர்களுக்கும் அந்தப் புகைப்போக்கியின் புகைதான் குறியீடு. அந்த ஊரிலிருக்கும் பலபேருக்கு அதுதான் குறியீடு.

போஜூவைக் கண்டதும் அவர்களுக்கு உள்ளூற வருத்தம். அவர்களால் அந்தச் சாபம்குறித்து இங்கு, இப்போது பேசமுடியாது. அவன் விடமாட்டான். இப்படி நேரும்போதெல்லாம் அவர்களோடு இன்னும் சிலபேர் இங்குத் தவறாமல் வந்து, பேச்சுவாக்கில் அந்தச் சாபம் குறித்துப் பேசி, அந்த ரணத்தைக் கீறிச்செல்லாமல் விடுவதில்லை. அந்த ரணத்தை ரணமாக தக்கவைத்திருப்பதில் அவர்களுக்குப் பெரும்பங்குண்டு.

போஜூ அவர்களை விட்டப்பாடில்லை. எப்போதும்போல குப்பெயை அருகி, அடுப்பிற்கருகில் இருக்கும் திண்ணையில் சம்மணமிட்டு அமர்ந்துகொண்டான்.

“அவ இல்லாட்டி போறா. ராசிபாசியில்லதவ..”

வார்த்தைகள் வேறு திசைநோக்கிச் சென்று கொண்டிருந்தன. அந்தச் சாபத்தின் ஆலாலம் அவர்களின் கழுத்தில் விம்மிப் புடைத்தது. போஜூ செல்வதற்காகக் காத்திருந்தனர். அடடா.. ஒருநிமிடம் போதும்... அரை நிமிடம் போதும்... அவர்களின் வஞ்சம் குடைந்தது. சபிப்பதைவிட சாபத்தை நினைவூட்ட ஆகும் நேரம் குறைவுதான்.

அந்த அறை முழுக்க சாபங்கள் அலைந்தன. போஜூ விலகாமல் காத்தான். அன்றும் அவளைப் பேரன்பு காத்துக்கொண்டிருந்தது. ஒன்றிற்கு இரண்டாய் திரும்பத்தரும் பேரன்பு பொய்த்திருக்கவில்லை.

யாரோ அழைக்கும் சப்தம். யாரென்று பார்க்க போஜூ செல்வானென்று அவர்களுக்குச் சிறுமகிழ்வெழுந்தது. அந்த நேரம் போதும். அவர்களின் அற்பம் அடங்க. ஆனால், குப்பெ எட்டிப் பார்த்தாள். வேலுமணி ஜிவல்லரியில் பணியாற்றிவரும் தொந்தெ வந்திருந்தான். குப்பெக்கு விளங்கியது. அவள் முகத்தில் ஒரு சிட்டிகை மகிழ்ச்சி ஏறியது. ஓர் தங்கக்காசு அளவிற்குச் சேர்ந்திருந்த பணத்திற்கு ஒரு தங்கக்காசினை அவன் கொண்டுவந்திருந்தான். அவனுக்கும் எல்லாம் தெரிந்திருந்தது. அவன் எதையும் காட்டிக்கொள்ளவில்லை. அவனிடமிருந்து அதைப் பெறுவதற்கு முன்னமே அடுத்த மாதத்திற்கான சீட்டுத்தொகையை எடுத்து நீட்டினாள். இது அவளது கர்வம். அவன் பெற்றுக்கொண்டு மேல்பாக்கெட்டில்

வைத்தான். தன் இடதுக் கீழ்ப்பாக்கெட்டில் வைத்திருந்த அந்தத் தங்கக்காசை எடுத்து வலக்கரத்திற்கு மாற்றியவன் மகிழ்வுடன் நீட்டினான். அதைத் தன் வலக்கரத்தால் பெற்றுக்கொண்டவள் உள்ளே வந்து, அதை, என்றும் அடுப்படியில் வெண்கலச் செம்பில் வைக்கப்பட்டிருக்கும் ஓசநீரில்* கழுவினாள். அதை எடுத்துக்கொண்டு அந்தச் சாஜ பெட்டியைநோக்கி மகிழ்வுடன் நகர்ந்தாள். எப்போதும்போல போஜூவும் பின்தொடர்ந்தான்.

இன்றும் மின்விளக்கு அனுமதிக்கப்படாத அந்த அறைக்குள் நெய்விளக்கினை ஏற்றினாள். போஜூ அந்தச் சாஜப்பெட்டியின் மூடியைத் திறந்து தயாராக வைத்திருந்தான். அப்பெட்டிக்குள் சடங்கிற்கான பகுதியில் வைத்திருந்த கணிக்கெ குக்கெயில்** போஜூவின் திருமண உறுதிச்சடங்கிற்காகச் சேர்த்துவைத்திருந்த தங்கக் காசுகளுடன் இதையும் சேர்த்தாள். வாஞ்சையோடு போஜூவைப் பார்த்தாள். பிறந்தவாசம் விலகாமல் இந்தக் குடிகாக்க வந்திருந்த போஜூவின் தந்தை கல்லனை முதல்முறையாக பார்த்த அதே வாஞ்சை.

"மண்டெ இதோட 219" என்றான் போஜூ. அவனின் கள்ளமில்லாத முகமோ, தன் கணவன் காகெ தரும் தவட்டெப்பழங்களை விடாமல் தந்துகொண்டிருந்தது.

அவள் யாருக்கும் விளக்கவேண்டிய அவசியமில்லை. அது அன்றும் சரி.. இன்றும் சரி. போஜூ அதை மூடத் தயாரானான். அதை மேலுமொருமுறை சரிபார்த்தாள். அப்பெட்டிக்குள் 219 குழந்தைகள்... கைகளையும், கால்களையும் ஓயாமல் அசைத்துக் கொண்டிருந்தன. அவை மிக மிகக் கவனத்தோடு பத்திரப்படுத்தப்பட்டிருந்தன. அந்தப் பெட்டியின்மேல் தன் ஈறுவரை விரிந்துநிற்கும் காடுகிடு மூலிகையைப்போல குப்பெயின் மனது விரிந்து பூரித்தது.

"ஏய்... கெஜ்ஜெ 219 தங்கக்காசு... 1782 வெள்ளிக்காசு...

எம்பேரனுக்கு பொண்ண சரிபன்ன.

---

* புதுநீர்

** நேர்ச்சை காசுகளை வைக்கும் சிறு கூடை

எவளுக்கு வாச்சிருக்கோ”

நம்பிக்கையின் தொனி குப்பெக்கு மீண்டும் துளிர்த்தது. பெற்றவளைவிட கித்தவ பெரிதுதான்போல... போஜூ தைரியமாக அங்கிருந்து வெளியேறினான். வந்தவர்களது தொண்டையில் நின்றிருந்த சாபத்தின் எச்சங்கள் வெளியேறாது நீலகண்டமாகியிருந்தன.

★ ★ ★